நூறு பிள்ளைகள் பெற்றவள்

நூறு பிள்ளைகள் பெற்றவள்

எஸ்.செந்தில்குமார்

எழுத்து
பிரசுரம்

Title: Nooru Pillaigal Petraval
Author's Name: S. Senthil Kumar

Published by Ezutthu Prachuram

Ezutthu Prachuram
(An imprint of Zero Degree Publishing)
No. 55(7), R Block, 6th Avenue,
Anna Nagar,
Chennai - 600 040

Website: www.zerodegreepublishing.com
E Mail id: zerodegreepublishing@gmail.com
Phone: 89250 61999

Ezutthu Prachuram First Edition: December 2022
ISBN: 978-93-95511-04-9
TITLE NO EP: 396

Layout & Cover Design: Vijayan, Creative Studio
Printed at Manipal Technologies, India

பொருளடக்கம்

திராட்சைக் கொத்து மூக்குத்தி

1

செந்தட்டிக்காளையும் பொன்னுத்தாயும் பட்டறைக்கு முன்னால் வந்து நின்று விறகுக் கட்டை இறக்கி வைத்தார்கள். அவர்களுக்காகக் காத்திருந்த மாதிரி அப்பா நிமிர்ந்து உட்கார்ந்தார். இரண்டு பேரும் பட்டறையின் சுவரில் விறகுக் கட்டை நட்டுக்குத்தலாகச் சாய்த்து வைத்தார்கள். அவர்கள் சுமந்து வந்த இரண்டு விறகு கட்டுகளும் இரட்டைப் பிறவிகளைப் போலிருந்தன. மேல் பக்கம் பெரிய கட்டாகக் கட்டி, கீழ்ப்புறம் கூம்மாச்சியாக ஒடுங்கியிருந்தது. செந்தட்டிக்காளை, கட்டிலிருந்த சாக்குப் பையைப் பிரித்ததும் மாம்பழம், கொய்யாக்காய், எலுமிச்சங்காய், பச்சிலைகளுடன் பித்தளைத் தூக்குவாளிப் பையிலிருந்து வெளியே வந்தன. பழங்களின், இலைகளின் கலவையான மணம் உமியோட்டு புகைச்சலையும் மீறி கமகமத்தது.

கடையிலிருந்து செந்தட்டிக்காளை காப்பி வாங்கிக்கொண்டு வந்தார். அவர்கள் இருவரும் வாசலில் அமர்ந்து காப்பி குடிக்கும் போது அப்பா வந்தாச்சா என்கிற மாதிரி பார்த்தார்.

அவர்களும் வந்துட்டோம் என்று சொல்லாமல் கண்களால் பார்த்துவிட்டு காப்பி குடித்தார்கள். தூக்குவாளி மூடியில் காப்பியை ஊற்றி எனக்குத் தந்தார்கள். வேண்டாமென்று தலையாட்டினேன். ஐந்தாறு பேர் விறகுக் கட்டை விலை பேச வந்தார்கள். பொன்னுத்தாய் யாரையும் சட்டைசெய்யவில்லை. காப்பி தம்ளரைக் கையில் ஏந்திப்பிடித்து, இடுப்பில் கைவைத்து விறகுக் கட்டை, போனால் போகிறது என்பதுபோல் பார்வை பார்த்து, விலை கேட்டு வருகிறவர்களுக்குச் சத்தமாக பதில் சொன்னாள். பொன்னுத்தாயின் பேச்சு ஆரம்பமானதும் அப்பா வெற்றிலையை எடுத்து சுண்ணாம்பு தடவ ஆரம்பித்தார்.

“என்ன வெலை?”

“என்ன வெலைன்னா வாங்குவீங்க...”

“நீ வெலையைச் சொல்லாத்தா.”

“நீங்க கொடுக்கிற வெலையைச் சொல்லுங்கய்யா” என்று ஆரம்பித்த பேச்சு சிறிது நேரத்தில் சண்டை வந்துவிடுவதுபோல உச்சத்துக்குப் போகும்.

“கட்டுக்குள்ளே புளுத்துப்போனதை வெச்சு ஏந்தலையிலே கட்டிறாதே”

“புளுத்துப்போனது, இத்துப்போனதெல்லாம் இல்லய்யா. சொக்கத்தங்கமும் என்னோட விறகுக் கட்டும் ஒண்ணு.”

“உரசிப் பாக்கட்டா.”

“தொட்டுக்கூட பாக்கமுடியாது உன்னால.”

“அப்ப மோந்து பாக்கட்டா.”

“பக்கத்திலே நிக்கக்கூட உனக்கு யோக்யதியில்ல நகரு, நகரு.”

“அம்புட்டு கிராக்கியா உனக்கு. பச்ச விறக கொண்டாந்திருக்க. காய்ஞ்ச விறகா, நல்லதா பாத்து வாங்கிட்டுப்போறேன். ஓங்கட்டு சரியில்ல. அம்புட்டும் குச்சியா இருக்குது. பொசுக்குன்னு எரிஞ்சு பொசுக்குன்னு போயிரும்” என்று சொல்லிவிட்டு நகர்ந்தவரை விடவில்லை.

“ஏங்கட்டைத் தூக்கி ஒந்தலையிலே வெக்கிறேன். செத்த நேரம் செமந்துட்டு நில்லுய்யா. எம்முட்டு நேரம் ஒந்தல தாங்குதுன்னு பாப்போம்...”

“எல்லாம் தாங்கும் தாங்கும்...”

“ஆமாம் புசுக்குன்னு படுத்துக்கும். தாங்குதாக்கும் தாங்குது. பாரம் தாங்காமே மூச்சு வாங்கி கவுந்துருவே. இல்லைன்னா வெறகுக் கட்ட கீழே போட்டுட்டு ஓடிருவே. எனக்கா தெரியாது உன்னோடத. தூக்கி வெச்சேன்னா குன்னிப் போய் உட்காந்துருவே. எந்திரிச்சு நடக்குறதுக்கு பத்து நாளாகும். ஏங் கட்டை பாத்தா குச்சி வெறகுன்னு சொல்லுறே...”

“என்னமோ தூக்கிவிட்டவ மாதிரி பேசுற...”

“நீ என்னமோ தூக்கி செமந்தவன் மாதிரி பேசுற...”

“அய்யோ ஆத்தா நானில்லே ஓம்பேச்சுக்கு. வீட்டுல சமைக்க விறகு இல்லே. சொல்லுற வெலயை தர்றேன். வெறகுக் கட்ட தூக்கிட்டு வீட்டுக்கு வாங்க, புருஷனும் பொஞ்சாதியும். வெட்டிப்போட்டுத் துட்டை வாங்கிட்டுப்போங்க.”

விறகுக் கட்டுக்கு விலை படிந்துவிட்டது. விறகு கட்டைத் தூக்கிக் கொண்டு அவருக்குப் பின்னால் பொன்னுத்தாயியும் செந்தட்டிக்காளையும் நடந்தார்கள். பொன்னுத்தாய் அப்பாவிடம், “அப்பச்சி, துட்டை வாங்கிட்டு வந்துர்றோம். எங்கேயும் போயிறாதிங்க. திராட்சைக் கொத்து மூக்குத்தி செய்யுறதுக்குத் துட்டு தர்றேன்” என்று சொன்னாள்.

அப்பா, “இன்னைக்காச்சும் துட்டை தர்றயான்னு பாப்போம். நீயும் இன்னைக்கும் நாளைக்குன்னு சொல்லிட்டே போறே வெரசா வா” என்றார்.

பொன்னுத்தாயிக்கு திராட்சைக் கொத்து மூக்குத்தி போட வேண்டுமென்கிற ஆசை நீண்ட நாட்களாக இருந்தது. சிறிது நாட்கள் பருப்பு குண்டைப் போட்டுக்கொண்டிருந்தாள். ஒரு தடவை பருப்பு குண்டு மூக்குத்தியின் திருகாணித் தட்டு பிய்ந்து மறை தண்டுக்குள்ளேயே நின்றுவிட்டது. துவாரம்

மூடாமலிருக்க ஈக்கிக்குச்சியை சொருகி வைத்து பட்டறைக்கு வந்தாள். அப்பாவிடம் அந்த மூக்குத்தியைக் கொடுத்தாள்.

அப்பா, “ஆப்ரேஷன் செய்து எடுக்கணும் பொன்னுதாயீ. அஞ்சு ரூபா செலவாகும். பரவாயில்லையா.”

“பெரிய ஆப்பரேசனா செய்யாமே சின்னதா செஞ்சு திருகாணிய திருகுற மாதிரி கொடுங்க. கொஞ்ச நாளைக்கு மூக்குலே இருக்கட்டும். பணம் காசும் நாளும் கிழமையும் வர்றப்போ புதுசா மூக்குத்தி செஞ்சு கொடுங்க. திராட்சைக்கொத்து மூக்குத்தி ஒண்ணுக்கு எம்புட்டு துட்டு செலவாகும் அப்பச்சி.”

“கழுதே எவ்வளவு துட்டான உனக்கென்ன. உனக்கு மூக்குலே போடுறதுக்கு திராட்சைக் கொத்து பேசரிதானே வேணும். கவலையை விடு. அடுத்த வாரம் செஞ்சுதர்றேன்.”

“உங்க பேரு இருக்கிற மாதிரி கெட்டியா செய்யுங்க. வருசமெல்லாம் போட்டுட்டு இருக்கேன்.”

“ஓம் பேத்தி சடங்காகி அவ மூக்கு குத்திட்டு சந்தோசமா இருப்பா. அவ்வளவு கெட்டியா செஞ்சுதர்றேன்”

“கெட்டியா செஞ்சு தர்றேன்னு செங்ககட்டியைத் தட்டிக் கொடுத்துறாதிங்க அப்பச்சி.”

பொன்னுத்தாய் சொல்லிவிட்டு வெட்கத்தோடு தலையைக் குனிந்துகொண்டாள். அப்பா சிரிக்கிறாரா இல்லையா என்று அவளுடைய காதுதான் நிமிர்ந்து கேட்கும். கண் பார்க்காது. “அப்புச்சிக்கு நா பேசுறது பிடிக்காது. அப்புச்சிக்கு மூக்கு மேலே கோபம் வரும்” என்று சொன்னாள். ஆனால் அப்பா அவள் பேசியதற்குக் கோபப்படவில்லை. ஆப்ரேஷன் செய்து திருகாணியைச் சரிசெய்ததற்காக அவளிடம் பணம் வாங்கிக் கொள்ளவுமில்லை.

விறகுக் கட்டை தூக்கி நடந்தபோது அப்பா, “இன்னைக்கு நீதான் படியளக்கிற சாமி. அவ்வளவு காய்ச்சப்பாடு” என்றதும் அவள் சிரித்தபடி சுமையோடு நடந்தாள். விறகுக் கட்டை தூக்கிச் சென்றவள் திரும்ப வரவே இல்லை. அப்பா, குண்டு

பல்பு வயரைக் கீழே இழுத்துவிட்டு விளக்குப் போடுகிற நேரத்தில் ஒரு தடவை தெருவைப் பார்த்தார். "புருஷனும் பொண்டாட்டியும் இன்னைக்கும் டாட்டா காட்டிட்டுப் போயிட்டாங்க" என்று ஊதுகுழலை எடுத்து உமியோட்டிற்கு முன் குனிந்தார்.

அப்பாவிற்கு தினமும் ஏதாவது நெருக்கடி வந்துவிடும். இரண்டு நாட்களாக பட்டறையில் வேலை செய்கிறவர்களுக்கு சம்பளம் தரவில்லை. இன்று சனிக்கிழமை சம்பளம் கொடுத்தே ஆக வேண்டும். இல்லையென்றால் நாளைக்கு யாரும் வேலைக்கு வரமாட்டார்கள். வீட்டிற்குப் போய் சம்பளப் பணத்தைக் கொடுத்து வேலைக்கு வெற்றிலை பாக்கு வைத்து அழைக்காத குறையாகக் கெஞ்சிக் கூத்தாடி அழைத்து வரவேண்டும். "வேலைக்குச் சேர்றப்ப இருக்கிற பேச்சு, பணிவெல்லாம் வேலை பழகுன பெறகு மாறிடும். ஓந்தயவு எனக்கெதுக்கு. நீயில்லைன்னா அடுத்த பட்டறைங்கிறது அவங்க பேச்சிலே தெரியும் மகனே" என்று வேலையாட்கள் இல்லாத நேரம் என்னிடம் முன்பு சொல்லியிருக்கிறார். "இந்தப் பொன்னுத்தாயி பேசரி செய்யுறதுக்குப் பணம் கொடுத்திருந்தா கொஞ்ச சமாளிச்சிருக்கலாம். அவளும் நேரங்காலத்துத் தகுந்த மாதிரி போக்குக்காட்டுற" என்று அவளைத் திட்டினார். "வந்துருவா வந்துருவா" என்று சொன்னார். ஆனால் அவள் வரவில்லை.

பாலமுருகன் அவர்களுக்கு, வரும் என் மகன் வசம் ரூபாய் 500 மட்டும் கொடுத்து அனுப்பவும். நாளை காலையில் தங்கம் கொடுத்துவிடுகிறேன் என்று எழுதிய சிட்டையை என்னிடம் தந்து, "சில்வாணம் பாலமுருகன் பட்டறையில கொடுத்து ரூபா வாங்கிட்டு, அப்படியே சூடா விஜயாவில காப்பி வாங்கிட்டு வாடா" என்றார். இதற்கு முன்பு இரண்டொரு முறை இதேபோல் சிட்டை வாங்கிக்கொண்டுபோய் பணம் கிடைக்காமல் திரும்பி இருக்கிறேன். ஒரு தடவை மட்டும் பணத்தை வாங்கி காப்பியோடு வந்திருக்கிறேன். அந்த தைரியத்தில் சிட்டையை வாங்கிக்கொண்டு பஜாருக்கு நடந்தேன். வழக்கமான வேகம் இல்லை. இன்னாரு மகன்டா நானு, எனக்கு என்னென்ன வேலை தெரியுமுன்னு தெரியுமா

என்கிற பெருமை எதுவும் முகத்திலும் உடம்பிலும் எட்டிப் பார்க்கவில்லை. கடன் வாங்கப் போகிறோம் என்கிற கூச்சமும் அவமானமும் சட்டையைப் பிடித்து இழுத்தது. சில்வாணம் பாலமுருகன் பட்டறையில் கூட்டம். சனிக்கிழமை மதியத்திற்குப் பிறகு விடுமுறை என்பதால் பட்டறையைப் பூட்டிவிட்டு ஆட்கள் நின்றிருந்தனர்.

பாலமுருகன் கடையில் நூல் தராசு இருக்கிறது. பத்து மில்லிகிராம் எடையைக்கூட தராசு பிடித்து நிறுத்தி வைத்துக் காட்டிவிடும். கடைக்குள் வெள்ளை வேட்டியும் மஞ்சள் சட்டையும் உடுத்தியிருந்தவர் சத்தமாக ஏதோ பேசிக்கொண்டிருந்தார். அவருடைய பேச்சை யாரும் கேட்பதாகத் தெரியவில்லை. அவரவர்களின் வேலையைப் பார்ப்பதில் கவனமாக இருந்தார்கள். அவர்கள் கொண்டு வந்த சில்வாணத்தைக் கொடுப்பதும், பணத்தை வாங்கிச் செல்வதுமாக இருந்தார்கள். அப்பா எழுதித் தந்த சிட்டையை பாக்கெட்டிலிருந்து எடுக்கவில்லை. பாலமுருகன் முகத்தைப் பார்த்தபடி நின்றிருந்தேன். தரையில் பாய் விரித்து வைத்திருந்தனர். உட்கார்வதற்கு இடமில்லை. அவ்வளவு கூட்டம். பாதி பேர் வாசலிலும் மீதிப் பேர் கடைக்குள்ளாகவும் நின்றிருந்தார்கள். அப்படி நின்றிருந்த கூட்டத்தை விட உட்கார்ந்திருந்தவர்களின் கூட்டம் கூடுதலாகயிருந்தது. பட்டறைக்காரர்கள் சினிமாவுக்குப் போகிற அவசரத்தில் இருந்தார்கள்.

“உனக்கென்னடா” என்று பாலமுருகன் கேட்டதும் பயத்துடன் சிட்டையை எடுத்துக் கொடுத்தேன். சிட்டையை பாக்கெட்டிலிருந்து எடுப்பதற்குள்ளாக அவர், “கொஞ்சம் நேரம் பொறுத்து வா. சில்வாணத்துக்கே பணமில்லை” என்றார். அப்படி அவர் சொன்னது கூட்டத்திற்கு நடுவில் டவுசரைக் கழற்றி நிற்க வைத்தது போலிருந்தது. எதுவும் பேசவில்லை. பயம் என்பதை விட அவமானந்தான் கடைக்குள் நிற்கவிடாமல் செய்தது. தலையைக் குனிந்தபடி வெளியே வந்து நின்றேன். எங்கு போவது என்று தெரியவில்லை. ஆனால் பட்டறைக்குப் போகக்கூடாது என்று மட்டும் தெரிந்தது. அப்பாவிற்கு காப்பி கூட வாங்கிக் கொடுக்க முடியவில்லை, என்ன பிழைப்பு என்று

மனம் பதறியது. வெறுங்கையோடு பட்டறைக்குப் போனால் அப்பாவுக்குக் கோபம் வரும். “கொஞ்சம் நேரம் பொறுத்து வாடான்னு சொன்னா உடனே வரணுமா. இருந்து வாங்கிட்டு வாடா” என்று திட்டுவார்.

பட்டறையில் வேலை செய்யும் வேலு, என்னிடம் சில்வாணம் கடையில் கொஞ்சம் நேரம் கழித்து வரச்சொன்னால் பட்டறைக்கு வராமல் இருப்பதற்கு “நேரா பஜாருக்குப் போ. அங்கிருக்கிற கடைகளையெல்லாம் வேடிக்கை பாரு. அப்படியே சினிமா பட போஸ்டரைப் பாரு. எந்தெந்த தியேட்டரிலே என்ன படம் ஓடுதுன்னு ஒரு தடவை மனப்பாடம் செஞ்சுக்க. திரும்பவும் சில்வாணம் கடைக்கு வந்தா நேரம் சரியா இருக்கும்” என்று சொல்லிக் கொடுத்திருந்தான். அப்படிச் செய்வதற்கு மனமில்லை. பஜாரில் சுற்றுவதற்கு எரிச்சலாகயிருந்தது. யாராவது என்னைப் பார்த்து, “என்னாடா இந்தப் பக்கம்” என்று கேட்டால் அவர்களுக்கு என்ன பதில் சொல்வது? சிட்டையைக் காட்டி பணம் வாங்க வந்தேன் என்று சொன்னால் அப்பாவுக்குத்தானே அசிங்கம். பேசாமல் நிற்போம் என்று கடைக்குப் பக்கத்திலேயே நின்றுகொண்டேன்.

கடைக்குள்ளிருந்தவர்கள் ஒவ்வொருவர்களாக பணத்தை எண்ணியபடி வெளியே வந்தார்கள். மெதுவாக எட்டிப் பார்த்தேன். போகலாமா வேண்டாமா என்று மனம் அடித்துக் கொண்டது. கால்கள் நடுக்கமெடுப்பதை வெளிக்காட்டிக்கொள்ளாமல் விறைப்பாக நின்றேன். புதிதாக ஆட்கள் வரவில்லை. திரும்பவும் கடைக்குள் ஏறி பாலமுருகன் பார்வையில் தெரியும்படியாக நின்றேன். தூக்குவாளியை நீண்ட நேரமாகக் கையில் வைத்திருந்ததால் கைவிரல்களில் அதன் வளையம் அழுத்தமான தடமாகப் பதிந்திருந்தன. கை மாற்றிக்கொண்டேன். தரையில் அமர்ந்திருந்தவர்கள் எழுந்து சென்றதும் அமர்ந்துகொள்வதற்கு இடம் கிடைத்தது. தரையில் அமர்ந்தால் பாலமுருகன் பார்வைக்குத் தெரியாமல் போய்விடுமென்று நின்ற இடத்தில் நின்றேன். அவர் என் பக்கம் திரும்பிக் கூட பார்க்கவில்லை. சிறிது நகர்ந்து அவர் பார்வைக்குத் தெரியும்படியாக நின்றேன். அப்போதும் பார்க்கவில்லை.

ஏழுமலை மாமா வேகமாக கடைக்குள் நுழைந்தார். மாமா கடைக்குள் நுழைந்ததும் எதுவும் பேசவில்லை. சட்டையின் உள்பாக்கெட்டிலிருந்த பொட்டலத்தைப் பிரித்து அதிலிருந்த திராட்சைக் கொத்து பேசரியை பாலமுருகன் முன்பாக வைத்தார். திருகாணியும் தங்கம்தான். அதன் வட்டவிளிம்பில் தெரிந்த வரிக் கோடுகள் சன்னமாக மினுங்கின. "என்னாண்ணே புத்தம்புது காப்பியா இருக்கு. இங்கே எதுக்கு வந்துருக்கு..."

"இங்கே எதுக்கு வரும். சாமி கும்புடுறதுக்கு வந்திருக்கு. எல்லாம் துட்டுக்குத்தான். காசைக் கொடு."

"ஏண்ணே புதுச கொண்டு வந்திருக்கே."

"கிராக்கி பிடிக்கலைன்னு சொல்லிருச்சு. இப்போ என்னமோ ஸ்ரீதேவி பேசரின்னு புதுசா ஒண்ணு வந்திருக்காம். அதான் அந்தம்மாவுக்கு வேணுமா. போட்டா ஸ்ரீதேவியைத்தான் போடுவேன் இல்லைன்னா வேறெதையும் போடமாட்டேன்னு சொல்லுது. ஸ்ரீதேவிக்கு நா எங்க போறது" என்று சொன்னதும் அங்கிருந்தவர்கள் சிரித்தார்கள். பாலமுருகன் மூக்குத்தியைப் பொட்டலமாக மடித்து டிராவுக்குள் போட்டுக்கொண்டார். பணத்தை எண்ணிக் கொடுத்ததும் ஏழுமலை மாமா வேகமாக நடந்தார்.

ஏழுமலை மாமா சென்ற சிறிது நேரத்தில் அப்பா கடைக்கு வந்தார். அப்பாவைப் பார்த்ததும் எனக்கு தைரியம் வந்தது. இனி அவர் பார்த்துக்கொள்வார் என்ற நிம்மதி. பாலமுருகனிடம் அப்பா எதுவும் பேசவில்லை. என்னைப் பார்த்து "வாடா" என்று கூப்பிட்டார். அப்பா கூப்பிட்டார் என்று சொல்வதை விட கத்தினார் என்று சொல்ல வேண்டும். நானும் அவருடைய கோபத்திற்குத் தகுந்த மாதிரி வேகமாக கடையை விட்டு வெளியே வந்தேன். பாலமுருகன் கடைக்குள்ளிருந்த ஆட்களுடன் பேசிக்கொண்டிருந்தார். அப்பா வந்ததையோ, அவர் என்னை அழைத்ததையோ கவனிக்காதது போலிருந்தார்.

"பொன்னுத்தாய் வந்து கொடுத்துட்டு போயிட்டா. வா போவோம்" என்று சொல்லி கையைப் பிடித்து இழுத்துக்

கொண்டு நடந்தார். “எவ்வளவு நேரம் நின்னுட்டே இருந்தே. உன்னய அவன் உட்காரக்கூட சொல்லலையா” என்று சிறிது தூரம் நடந்து வந்து என்னிடம் கேட்டது பாலமுருகனுக்குக் கேட்டதா என்று தெரியாது. ஆனால் பாலமுருகன் சத்தமாக யாரிடமோ பேசுவது எங்களுக்குக் கேட்டது. அப்பாவின் பெயரைச் சொல்லி, “துட்டு கேட்டதும் கொடுக்கலைன்னு கோவத்திலே வந்து கத்துறாரு. எந்தப் பொன்னுத்தாய் வந்து துட்டு கொடுத்துட்டுப் போகப்போறா. நாளைக்கு வந்து தங்கத்தைக் கொடுத்துட்டு காசுக்கு இங்கதானே நிக்கணும்” என்றார். அப்போது நான் அப்பாவின் முகத்தைப் பார்க்கவில்லை.

2

கண்ணம்மா கோயிலுக்கு திராட்சைக் கொத்து மூக்குத்தி செய்து வைக்க வேண்டும் என்று கோயில் பூசாரி மாரிமுத்து சொன்னார். அப்பாவிடம் மாரிமுத்து சென்ற வருடமும் இதே மாதிரிதான் மூக்குத்தி செய்து வாங்கிக் கொண்டு போனார். கண்ணம்மாவின் சிலைக்கு வருடந்தோறும் புது மூக்குத்தி செய்து வைக்க வேண்டும். சித்திரைத் திருவிழாவின் போது சாமிக்கு மூக்குத்தி ஜொலிக்க வேண்டும். இல்லையென்றால் கோபத்தில் யார் மேலாவது வந்து சாமி ஆடுவாள்.

“நல்லா சாமியைக் கும்புட்டு செஞ்சு கொடுங்க ஆசாரி. இந்த வருசம் மூக்குத்தி மாட்டுன யோகத்திலே மழை தண்ணி வரட்டும். நம்ம ஊரு செழிக்கட்டும்” என்று பூசாரி மடியில் கட்டி வைத்திருந்த பணத்தை எடுத்துத் தந்தார். விபூதியும் குங்குமமும் மஞ்சளும் ஒட்டியிருந்த ரூபாய்த் தாள்களில் கற்பூரத்தின் வாசமும் ஒட்டியிருந்தது. ரூபாயை எண்ணி முடித்ததும் அப்பா, “இந்த வருசமும் நூறு ரூபாய்தானா. விலைவாசி ஏறுது. அரிசி போன வருசம் என்ன வெலை வித்துச்சு. இந்த வருசம் என்ன வெலை விக்குதுன்னு தெரியுமா? ஆசாரிக்கு மட்டும் கொடுத்ததேயே கொடுங்க. ரெண்டு ரூபாயாவது சேத்துத்தரக்கூடாதா” என்றதும் பூசாரி மடியிலிருந்து பத்து

ரூபாய்த் தாளை எடுத்துக் கொடுத்தார். அப்பா அதை வாங்கிக் கொள்ளவில்லை. “வேண்டாம் வேண்டாம். கண்ணம்மா என்ன கொடுக்கணுமின்னு நெனைச்சிருக்காளோ அதையே கொடுக்கட்டும்” என்றார்.

கண்ணம்மா கோயிலுக்கு வெள்ளியில் மூக்குத்தி செய்ய வேண்டும். சென்ற வருடம் போஜப்பன் செய்து தந்தார். அதற்கு முந்தைய வருடம் சேது அண்ணன். இரண்டு பேருக்கும் கல்யாணம் முடிந்து கோயமுத்தூரில் ‘செட்டிலாகி’விட்டார்கள். அவர்களுக்கு பெரிய கடைகளில் வேலை வருகிறது. தீபாவளிக்கு ஊருக்கு வந்தவர்கள், கைநிறைய தங்கத்தை வைத்து வேலை செய்வதாகச் சொன்னார்கள். கண்ணம்மா கோயிலுக்கு மூக்குத்தி செய்து கொடுத்தால் அப்படியொரு யோகம் வரும். இந்த தடவை யார் மூக்குத்தி செய்து கொடுக்கப் போகிறார்கள் என்று தெரியவில்லை. அப்பா அந்தப் பணத்தை அப்படியே யார் மூக்குத்தி செய்கிறார்களோ அவர்களிடம் கொடுத்து, “நீயே வெள்ளி வாங்கி செஞ்சு கொடுத்துரு” என்று சொல்லிவிடுவார்.

அப்பா, “பால்பண்ணையில பார்சல் காப்பி வாங்கிட்டு வாடா” என்று பணம் கொடுத்தார். பூசாரி வந்த சைக்கிளில் பால்பண்ணைக்குப் போகலாமா என்று யோசித்தேன். காப்பி வாங்கிக்கொண்டு சைக்கிளில் வரவேண்டுமென்றால் ஒரு கையால் ஓட்ட வேண்டும். தூக்குவாளியை ஹேண்ட்பாரில் மாட்டிக்கொண்டு வந்தால் பாதி காப்பியை பூமாதேவிக்கு அர்ப்பணம் செய்ய வேண்டும். தரையில் ஏதாவது சிந்திவிட்டால் பூமாதேவிக்கு அர்ப்பணம் என்று அப்பா சொல்வார். நடந்து சென்று காப்பி வாங்கி பால்பண்ணையிலிருந்து வந்த போது பட்டறையின் முன்பு கூட்டமாக இருந்தது. கூட்டத்தில் பெண்கள் அதிகமாக இருந்தார்கள். என்னமோ ஏதோ என்று பயந்து போனேன். கூட்டத்தை விலக்கி விட்டு உள்ளே நுழைவதற்குள் தூக்குவாளி ஆடி காப்பி தளும்பி சிந்தியது. மெதுவாக தலையை மட்டும் நீட்டி எட்டிப் பார்த்தேன். பூசாரிக்கு கண்ணம்மா சாமி வந்து ஆடி இருக்கிறார். கண்ணம்மா யார் யாருக்கு என்னென்ன குறிசொல்லியிருக்கிறது என்று தெரியவில்லை.

என்னைப் பார்த்ததும் அப்பா, “வழிவிடுங்க வழிவிடுங்க பூசாரிக்கு காப்பி வந்துருச்சு” என்று சொன்னார். என்னை ஒருவர் கையைப்பிடித்து இழுப்பது தெரிந்தது. யாரென்று தெரியவில்லை. பட்டறைக்குள் எப்படி நுழைந்தேன் என்று தெரியவில்லை. பட்டறை படிக்கட்டின் மேலேறியதும் கூட்டத்திலிருந்தவர்கள் எனக்குத்தான் சாமி வந்ததுபோல வேடிக்கை பார்த்தனர். எனக்கு வெட்கமாக இருந்தது.

பூசாரிக்கு அப்பா காப்பி ஊற்றிக் கொடுத்தார். அவர் காப்பியைக் கையால் வாங்கிக் கொள்ள முடியவில்லை. உடம்பு இன்னமும் ஆடியது. வேலு தம்ளரை வாங்கி அவருடைய உதட்டுக்கு அருகில் கொண்டு சென்றதும் குடித்தார். பெண்கள் பலரும் அவருடைய கால்களில் விழுந்து எழுந்து விபூதிக்காக நின்றிருந்தனர். அவர் காப்பி குடித்து முடிக்கும்வரை விபூதி தரவில்லை. காப்பி குடித்த தெம்பில் நின்றார். அப்பா அவர் முன்பாக நின்று, “பூசாரி நல்ல வாக்குக் கொடுத்துட்டு மலையேறு. ஜனங்களுக்கு வேலை, குடும்பமுன்னு ஜோலி தொந்தரவு ஆயிரம் இருக்குது” என்று கோபத்துடன் சொன்னார். பூசாரி விபூதியை எடுத்து அப்பாவின் நெற்றியில் போட்டார். அப்பாவின் முகம் முழுக்க விபூதி. அவருக்கு தும்மல் வந்தது. “காமாட்சியம்மா காமாட்சியம்மா” என்று தும்மல் போட்டார். எனக்கு சிரிப்பு வந்தது என்றாலும் அடக்கிக்கொண்டு நின்றேன்.

“நாலு கடம உனக்கு இருக்கு ஆசாரி.”

“ஆமாம் பூசாரி.”

“வருசமெல்லாம் எனக்கு மூக்குத்தி செஞ்சுதரணும்.”

“சரி பூசாரி. மலையேறு. வேலைவெட்டி எவ்வளவு இருக்கு. நேரமாச்சு. நீங்களும் விஜயாவிலே டிபன் சாப்பிடப் போகணும். வெங்காய பஜ்ஜி தீந்துரும். நேரமாச்சு மாரிமுத்து” என்று மெதுவாக அப்பா அவருடைய காதருகே சொன்னார்.

“ஆத்தாவுக்கு இன்னமும் மனசு குளிரலை”

இதைக் கேட்டதும் கூட்டத்திலிருந்த ஒரு பெண், “ஆத்தாவுக்கு

மனசு குளிரணுமுன்னா என்ன செய்யணுமுன்னு கேட்டுச்சொல்லுங்க ஆசாரி அண்ணே" என்று கண்ணீர் விட்டுக் கேட்டாள்.

"சொல்றேன் சொல்றேன்" என்று பூசாரி தன்னுடைய இடுப்பு வேட்டியை இறுக்கினார்.

"நாலு கடம, நாலே நாலு கடம இருக்கு" என்று கண்களை மூடிக்கொண்டு நெற்றியில் சுருக்கம் விழச் சொன்னார்.

"சொல்லுங்க எங்களாலே முடிஞ்சதைச் செய்யுறோம்" என்று அந்தப் பெண் சொன்னாள்.

"மாரிமுத்து உங்க வீட்டுக்காரம்மாவும் நாலு பிள்ளைகளும் வந்திருக்கிற மாதிரி தெரியுது" என்று அப்பா மெதுவாகச் சொன்னார். உமியோட்டு நெருப்பை நீர் ஊற்றி அணைத்தது போல பூசாரி ஆஃப் ஆனார். கண்களை மூடிக் கீழே சரிந்தவரை அதற்காகக் காத்திருந்தது போல வேலு தூக்கி நிறுத்தி முகத்தில் தண்ணீர் தெளித்துவிட்டான். கண் முழித்ததும் கூட்டத்தில் தன்னுடைய மனைவியையும் மகள்களையும் தேடினார். கூட்டம் சிறிது சிறிதாகக் கலைந்தது. ஒருவருக்குப் பின் ஒருவராக நடந்தனர்.

"சாமி வந்து என்னா சொல்லுச்சு."

"மழை தண்ணியெல்லாம் வருமா."

"இந்த வருசம் எந்த கலரிலே புடவை எடுத்துக் கட்டணுமின்னு சொல்லுச்சா."

பெண்கள் கூட்டத்தோடு கூட்டமாகப் பேசிக்கொண்டு நடந்தார்கள். பூசாரி வேட்டி முந்தியில் தன்னுடைய முகத்தைத் துடைத்துக் கொண்டார். அப்பாவிற்குக் கோபம் வந்திருக்க வேண்டும். பட்டறையில் அவர் இடத்தில் உட்காரவில்லை. "பேசிட்டு இருக்கிறப்ப ஏன் திடீருன்னு சாமி வந்து ஆடுறே மாரிமுத்து" என்று கடுகடுத்த குரலில் கேட்டார்.

பூசாரி, "சாமியைப்பத்திப் பேசிட்டே இருக்கிறப்போ, என்னமோ திடீருன்னு ஒண்ணு உடம்புக்குள்ளே நுழைஞ்சது மாதிரியாகிருச்சு" என்றார்.

“ஆமா என்னமோ நுழையுது. சின்னப் பிள்ளைகள் இருக்கிற இடத்திலே இப்படியெல்லாம் செய்யாதே மாரிமுத்து. பயந்துட்டாங்கன்னா யாரு பதில் சொல்லுறது” என்று திட்டினார்.

பூசாரி அப்பாவின் பேச்சைக் கேட்டதாகத் தெரியவில்லை. இடுப்பில் கட்டி வைத்திருந்த பணம், வெற்றிலை பாக்கு, விபூதி வைத்திருந்த பை இருக்கிறதா என்று தொட்டுப் பார்த்துக் கொண்டார்.

“போன வருசமும் இதேமாதிரிதான் என்னென்னமோ கதையைச் சொல்லி பிள்ளைகளை பயமுறுத்திட்டுப் போனே.”

“ஆசாரி அதெல்லாம் கதையா. எல்லாம் உண்மையிலே நடந்தது. கண்ணம்மாவோட திருவிளையாடலு. காட்டிலே வேலைக்குப் போனவங்க வழிதப்பினதும், கண்ணம்மா அவங்களுக்காக மூக்குத்தியைக் கழற்றி எறிஞ்சு அந்த வெளிச்சத்தை வெச்சு அவங்க ஊருக்கு வந்ததும் மூக்குத்தி இல்லாத கண்ணம்மாவைப் பார்த்து பயந்து போய் ராசாகிட்டே சொன்னதும், ராசா உங்கள மாதிரி ஆசாரியைப் பிடிச்சுக் கூட்டிட்டு வந்து ராவோட ராவா மூக்குத்தி செஞ்சு கொடுத்ததும் கதையா ஆசாரி” என்று கோபத்துடன் கேட்டார் பூசாரி. கோபத்துடன் பேசிய பூசாரிக்கு மூச்சுவாங்கியது. அப்பாவுக்குத் திரும்பவும் பூசாரிக்கு சாமி வந்துவிடும் என்கிற பயமிருந்திருக்க வேண்டும். அமைதியாகப் பேசினார்.

“அதெல்லாம் நிசந்தான். நிசந்தான்”

“அவ மூக்குத்தியைத் திருடிட்டு வீட்டுக்குப் போன திருடனோட வீட்டிலயிருந்த அண்டா குண்டா சட்டியெல்லாம் மூக்குத்தி நெறஞ்சு கிடந்ததும் அவன் பிள்ளைகளைக் கூட்டிட்டு கோயில் வாசல்ல விழுந்து மன்னிருச்சு மன்னிருச்சுன்னு சொல்லி ஒரு நா முழுக்கக் கிடந்தது எல்லாம் கதையா?”

“ஆமாம் நிசந்தான் நிசந்தான். நீ கிளம்பு மாரிமுத்து. உனக்குக் கோயில் தெறக்குறதுக்கு நேரமாச்சு.”

"எனக்கு நாலு கடம இருக்கு ஆசாரி."

"எனக்குத் தெரியும் மாரிமுத்து. நாலு பொம்பளைப் பிள்ளைகளையும் நல்ல இடத்திலே கல்யாணம் செஞ்சு தரணும். அதானே..."

"ஆமாம் நிசந்தான் நிசந்தான்..."

"நாலு பொம்பளப்பிள்ளைகளுக்கும் மூக்கு குத்தி அழகு பாக்கணும் அதானே."

"ஆமாம் நிசந்தான் நிசந்தான்..."

"மூக்கு வளரட்டுமய்யா. முகம் உருண்டு திரண்டு வரட்டும். உனக்குச் செய்யாமே வேற யாருக்குச் செய்யப்போறேன்..."

"ஆமாம் நீங்க எனக்குச் செய்யாமே வேற யாருக்கு செய்யப்போறீங்க. சரி நான் போயிட்டு வர்றேன்."

பூசாரி சைக்கிளை உருட்டிக்கொண்டு நடந்தார். சிறிது தூரம் சென்றதும் அப்பாவைத் திரும்பிப் பார்த்தார். அப்பாவும் அவரைப் பார்த்தார். அவ்வளவு தூரத்திற்குச் சென்றவரின் கண்களை என்னால் பார்க்க முடியவில்லை. அதே நேரம் அப்பா சொன்னதை நம்பாமல் இருக்க முடியவில்லை. "ஏன் இந்த மனுஷன் அழுதுட்டே போறான்" என்று சொன்ன அப்பா தனது கண்ணாடியைக் கழற்றிவிட்டு கண்களை மூடிக்கொண்டார். அவரது நெற்றியும் சுருங்கியது.

"நெறய திராட்சைக் கொத்து பேசரி செய்யணுமுடா மகனே. பூசாரி பிள்ளைக நாலுபேத்துக்கும் பொன்னுத்தாயிக்கும் அவ பிள்ளைகளுக்கும் செஞ்சு கொடுக்கணுமுடா மகனே" என்றார்.

கண்ணாடியைப் போட்டுக்கொண்டு ஏதோ ஆங்காரம் வந்தவராக வேலை செய்யத் தொடங்கினார். "அவங்கக்கிட்டே இருந்து பத்து காசு வாங்கக்கூடாதுடா. நம்ம காசிலே செஞ்சுதரணுமுடா மகனே" என்று சொன்னபோது அவரது கண்களில் கண்ணீர் திரண்டு நின்றது.

அந்த நேரத்தில் பொன்னுத்தாயும் செந்தட்டிக்காளையும்

விறகுக் கட்டை சுமந்துகொண்டு வந்தார்கள். பட்டறையின் சுவறில் சாய்த்து வைத்துவிட்டு பொன்னுத்தாய் வாசற்படியில் அமர்ந்தாள். அவளது நெற்றியிலும் முகத்திலும் வியர்த்து வடிந்தது. மூச்சுவாங்கியது. முந்தியில் கட்டி வைத்திருந்த முடக்கத்தான் கீரையைக் காட்டி, "இந்தாங்க அப்பச்சி நீங்க கேட்ட கீரை" என்றாள். கீரைக்குள் இரண்டு மூன்று கொய்யாக்காயும் மாம்பழங்களும் இருந்தன.

"இன்னைக்குக் கொஞ்சம் காசு தர்றேன் அப்பச்சி. திராட்சைக் கொத்து மூக்குத்தி செஞ்சு கொடுங்க" என்று தனது சுருக்குப் பையில் வைத்திருந்த பணத்தை எடுத்துக் கொடுத்தாள். சுருண்டிருந்த ரூபாய் நோட்டுகளில் இலைகளின் வாசம் வந்தது. அப்பா அவளது முகத்தைப் பார்த்தார். எனக்கு என்ன பேசப்போகிறார் என்கிற ஆவல் எழுந்தது. "போன வாரம் இந்தா வர்றேன்னு சொல்லிட்டுப் போனே. உன் இஷ்டத்துக்குச் செய்யுன்னா செய்யுறதுக்கு நானென்ன உன் வீட்டு வேலைக்காரனா" என்று சத்தமாகக் கத்தினார். நான் எதிர்பார்க்கவில்லை. எதற்காக இப்படி காரணமே இல்லாமல் பொன்னுத்தாயைக் கோபித்துக் கொள்கிறார் என்று பதற்றமாக இருவரின் முகத்தையும் பார்த்தேன்.

"காசு வர்றப்பத்தானே அப்பச்சி வரும். போனவாரம் ஏதோ அவசரத்திலே போயிட்டேன். அது ஒரு குத்தமா" என்றாள் பொன்னுத்தாய்.

"திராட்சைக் கொத்து பேசரி செய்யுறப்பத்தான் செய்வேன் உன் அவசரத்துக்கெல்லாம் முடியாது. நீ துட்டை நீட்டுனதும் நா செஞ்சுக்கொடுத்துறணுமா."

"சரி உங்களுக்கு எப்போ தோதுபடுதோ அப்போ செஞ்சுக்கொடுங்க."

"உன் துட்டை எடுத்துட்டுப் போ. நா செஞ்சுக்கொடுத்துட்டு வாங்கிக்கிறேன்."

"நீங்க ஒண்ணும் இலவசமா செஞ்சுத்தர வேணாம். இந்தா இருக்கு காசு. மேற்கொண்டு எவ்வளவு வேணுமோ கேளுங்க.

காசை வெச்சுட்டு மூக்குத்தி வாங்கிட்டுப்போறேன். உங்க காசு எனக்கு வேணாம்.”

“காசு நிறைய இருந்தா உனக்குப் பிடிச்ச இடத்திலே போய் செஞ்சு வாங்கிக்கே” என்றதும் பொன்னுத்தாய் மேற்கொண்டு எதுவும் பேசாமல் விறுவிறுவென நடந்தாள். விறகுக் கட்டு அப்படியே சுவரின் மேல் சாய்ந்திருந்தது. செந்தட்டிக்காளை யாரிடம் என்ன பேசுவது என்று தெரியாமல் நடுரோட்டில் நின்று அவள் நடந்து செல்வதைப் பார்த்தார். அப்பா மேஜையிலிருந்து அவளது பணத்தையும் எடுத்துக் கொள்ளவில்லை. “காசில்லாதவளுக்கு நம்ம ஞாபகார்த்தமா செஞ்சுகொடுப்போமுன்னு நெனைச்சா காசைக் கொண்டு வந்து கொட்டுறா. விறகு வித்த காசைத் தொட்டா தொட்டவங்களும் விறகுமாதிரிதான் எரிஞ்சுபோவாங்க” என்றார்.

“அப்படியெல்லாம் சொல்லாதீங்க அப்பச்சி. வேகாத வெயிலிலே நின்னு வம்பாடுபட்டு விறகொடிச்சு சேர்த்த காசு” என்றார் செந்தட்டிக்காளை.

“காசை எடுத்துட்டுப் போடா மருவாதியா” என்று பல்லைக் கடித்துப் பேசினார். எதற்காக அப்படிச் சொன்னார். ஏன் சொன்னார் என்று புரியவில்லை. செந்தட்டிக்காளை பணத்தை எடுத்துக்கொண்டார். அதற்குப் பிறகு பொன்னுத்தாயும் செந்தட்டிக்காளையும் பட்டறைப் பக்கம் வரவில்லை.

3

அணைப்பிள்ளையார் கோயிலுக்கு நானும் ரவியும் பாண்டியும் சென்று குளித்துவிட்டு ஈரடவுசரும் சட்டையுமாக சைக்கிளில் வீட்டுக்கு வந்து கொண்டிருந்தோம். புதூர் பாலத்திற்கு அருகே வந்த போது அங்கிருந்த டீக்கடையில் பொன்னுத்தாயைப் பார்த்தேன். யாரிடமோ பேசிக்கொண்டு நின்றிருந்தாள். டீக்கடையின் மண் சுவரின் மேல் விறகுக் கட்டை நட்டுக்குத்தலாக நிறுத்தி வைத்திருந்தாள். என்னைப் பார்த்ததும், “அப்புச்சி மகனே வாடா” என்று அழைத்தாள்.

நான் சைக்கிளை விட்டு இறங்காமல் தயக்கத்தோடு நின்றேன்.

“அடச்சும்மா வாடா. நீயும் உங்கப்பனை மாதிரியே முறைச்சிட்டு நிப்பே...”

“உனக்குத்தான் எங்கப்பா மேலே கோவம். அவரு தினமும் உன்னயக் கேட்டுக்கிட்டு இருக்காரு. பொன்னுத்தாய் வந்தாளா, இன்னைக்கு வந்தா சொல்லுன்னு புலம்புவாரு. நீ எங்க பட்டறைப் பக்கம் வந்து எவ்வளவு நாளாச்சு” என்று டீக்கடைப் பக்கம் பார்த்தேன். ஒற்றையாகச் சாய்ந்து நின்ற விறகுக் கட்டை இரண்டு மூன்று பேர் சுற்றி நின்று வேடிக்கை பார்த்தனர்.

நானும் பொன்னுத்தாயும் பேசுவதைப் பார்த்ததும் ரவியும் பாண்டியும் வீட்டுக்குப் போவதாகச் சொல்லி சைக்கிளை ஓட்டிச் சென்றார்கள். விறகு வாங்க வந்தவர்களிடம், “நா இங்க இருக்கேன்” என்று பொன்னுத்தாய் குரல் கொடுத்ததும் அவர்கள் வந்தார்கள்.

பொன்னுத்தாய் முன்பு போல் கிராக்கியாக விலை பேசவில்லை. கொடுத்த பணத்தை வாங்கிக் கொண்டாள். “செத்த பொறுங்கண்ணே வந்துர்றேன்” என்றாள். அவர்கள் சரி என்று சொன்னார்கள்.

என்னை டீக்கடைக்குள் அழைத்துச் சென்றாள். வேண்டாம் வேண்டாம் என்று சொல்லியும் டீயும் பால்பன்னும் வாங்கிக் கொடுத்தாள். கண்ணாடி தம்ளரில் டீ வாங்கிக் குடிக்கும் போது அவளிடம், “ஐயாவே எங்க காணல” என்று செந்தட்டிக்காளையை விசாரித்தேன்.

“அவரு நிம்மதியா உறங்குறாரு...”

“எங்கே வீட்டிலயா.”

“இல்ல காட்டுல” என்று முகத்தை வேறொரு பக்கமாகத் திருப்பிக் கொண்டு சொன்னாள். நானும் அவள் சொன்னதைப் பெரியதாக அப்போது கேட்டுக்கொள்ளவில்லை. காட்டிலிருந்து விறகுக் கட்டை சுமந்துகொண்டு பிறகு வருவார் என்று நினைத்தேன். இருவரும் டீகுடித்துவிட்டு கடையை விட்டு

வெளியே வந்தோம். பொன்னுத்தாய் கட்டை தூக்கிக் கொள்வதற்காகச் சென்றாள்.

“உனக்கு திராட்சைக் கொத்து மூக்குத்தி செஞ்சு வெச்சுருக்காரு எங்கப்பா” என்று சொன்னேன். பொன்னுத்தாய் நான் சொன்னதைக் கேட்டுக்கொண்டதாகவே தெரியவில்லை.

“நீ காசே தரவேணாம். எங்க அப்பா ஆசைக்கு வாங்கி வெச்சுக்கே...”

“வேணாம் மகனே. எனக்கு எதுவும் வேணாம்...”

“நீ அன்னைக்கு வட்டிக்குப் பணம் வாங்கிட்டு வந்தது அவருக்குத் தெரியுமாம். அதான் கோவத்திலே திட்டுனாராம். செஞ்சுகொடுன்னா கொடுத்திருப்பேன். இந்தா தர்றேன் அந்தா தர்றேன்னு அவரை ஏமாத்துனதான் அவருக்கு கோவம் வந்திருச்சாம். நைனா அன்னைக்கு உன்னையே திட்டுனது தப்புதான். மன்னிச்சுக்க. எனக்காச்சுமாவது வாங்கிக்க.”

“வேணவே வேணாம்...”

“எதுக்கு இவ்வளவு கோபம் உனக்கு எங்க அப்பா மேல.”

“அய்யோ ஆத்தா, சாமி, அப்புச்சி மேல எதுக்கு கோபம் எனக்கு. நா கோவப்பட்டா, வெட்டுன வெறகு மரத்திலே போய் ஒட்டிக்கிருமா. கோவப்பட்டா பச்சை வெறகு காஞ்சுருமா. ஏங்கோபமெல்லாம் குழம்புக்குத் தாளிக்கிற நேரந்தான். சல்லுன்னு கடுகு வெடிக்கிற மாதிரி வெடிச்சுட்டு குழம்பு எது, கடுகு எதுன்னு தெரியாமே போயிரும். நெத்திப்பொட்டைத் துடைச்சுக் கொடுத்துட்டு, தாலிக்கயித்தைக் கழத்திக் கொடுத்துட்டு மூக்கிலே வைரத்த வைக்கச் சொல்லுறயா மகனே” என்று அவள் அழுதபடி சொன்னதும் சுளீரென வெடிகரி வெடித்து கண் இமையில் விழுந்ததுபோல வலித்து எரிந்தது. அவளது முகத்தைப் பார்த்தேன். பொன்னுத்தாய் மேற்கொண்டு எதுவும் பேசாமல் கண்களைத் துடைத்துக் கொண்டாள். அப்போதுதான் காட்டில் உறங்குகிறார் என்று அவள் சொன்னதற்கு அர்த்தம் விளங்கி கண்கள் கலங்கிய

போது, அவள் விறகுக் கட்டைத் தூக்கிக்கொண்டு நடந்தாள். எனக்கு அவளை விட்டுச் செல்வதற்கு மனமில்லை. அவள் பின்பாக சைக்கிளை உருட்டிக்கொண்டு நடந்தேன்.

"ஏம் பின்னாடி ஏ வர்றே. பட்டறைக்குப் போ. உங்க அப்பா தேடுவாரு" என்று திரும்பிப் பார்க்காமல் சொன்னாள். அவளது நடை வேகமெடுத்தது. சைக்கிளை வேகமாக உருட்டியபடி நடந்தேன். விறகுக் கட்டு வாங்கியவர்கள் எங்களுக்கு முன்னால் நடந்து செல்வதைப் பார்க்க முடிந்தது. பெரிய ஆஸ்பத்திரியைத் தாண்டி மயானக்கரைக்குப் போகும் பாதையில் நடந்தார்கள்.

வரிசையாக மாட்டு வண்டிகள் நின்றிருந்த பாதையில் நடந்தோம். மாடுகள் அசைகிறபோது கழுத்தில் கட்டியிருந்த மணிகள் அசைந்து ஓசையெழுந்தது. வண்டிகளைக் கடந்து சென்றதும் பாதையொன்று பிரிந்தது. அப்பாதையில் ஐந்தாறு வீடுகள் இருந்தன. புதிதாக வெள்ளை அடித்திருந்த வீட்டிற்கு முன்பாக அவர்கள் நின்றார்கள். "வெறகுக் கட்டை இறக்கு" என்று சொன்னதும் பொன்னுத்தாய் தன்னுடைய உடம்பை வளைத்து, கட்டின் கூமாச்சியான கீழ்ப்புறத்தைத் தரையில் ஊன்றி நிறுத்தினாள். சுற்றி நின்றிருந்த ஆண்கள், "பாத்தும்மா பாத்தும்மா" என்று சத்தம் கொடுத்து ஒதுங்கி நின்றனர். அவர்களது பேச்சுச் சத்தம் கேட்டு வீட்டுக்குள்ளிருந்தவர்கள் வெளியே வந்தார்கள்.

பொன்னுத்தாய் அவர்களைப் பார்த்து, "வீட்டுக்குள்ளே போயிடுங்க. வெறகுக் கட்டுக்குள்ள பூரான் கீரான் இருந்து வந்துறப்போகுது" என்று சொன்னாள். பிள்ளைகள் பயந்தபடி கதவுக்குப் பின்னால் ஒளிந்துகொண்டார்கள். விறகுக் கட்டு சத்தமில்லாமல் தரையில் விழுந்து புரண்டது. இறுக்கி கட்டியிருந்த கொடியை வெட்டறுவாளால் வெட்டியதும் கட்டு பிரிந்து விறகு தனித்தனியாகச் சரிந்தன. விலை பேசிய ஆண்களில் ஒருவர், "நல்ல வெறகுதான். உள்ளுக்குள்ள ஒண்ணுமில்லாம இருக்குமோன்னு பயந்துட்டு இருந்தேன்" என்றார். மற்றொருவர், "பொங்க வைக்கிறதுக்கும் சமைக்கிறதுக்கும் தோதுவா வெட்டிக்கொடும்மா" என்றார்.

பொன்னுத்தாய் விறகை எடுத்து வெட்டினாள். வெட்டு விழுந்த விறகு தானாக ஒடிந்து விழுந்தது. ஒரே வெட்டுதான். மற்றொரு விறகை எடுத்து முழங்காலை மடித்து ஒடித்துப் போட்டாள். அங்கிருந்த ஆண்கள் ஒருவரையொருவர் பார்த்துக்கொண்டனர்.

“எந்தக் கோயிலுக்குப் போகப்போறீங்கண்ணே...”

“வீரவான்டிக்கும்மா.”

“நேர்ச்சிகடனா?”

“ஆமா. மொட்டையெடுத்து காதுகுத்துறோம்.”

“கிடாயா சேவலாண்ணே?”

“கிடாதான்.”

“நானும் ஒருநாளைக்குப் போகணும். ஆறுக்கும் பொட்டு வெச்சு தாலிகட்டி கரையேத்தின பெறகுதான் நேர்ச்சிக்கு கோயிலுக்கு முன்னாடி நிக்கணும்” என்றவள் நிமிர்ந்து நின்று தவிப்பாறினாள். மூச்சுவாங்கியது. வெட்டிய விறகு ஒரு பக்கமாகச் சேர்ந்து குமிந்தது.

பொன்னுத்தாய் விறகு ஒடித்துப் போட்டு வெட்டிய இடத்தைப் பொறுக்கி சிராய்களையெல்லாம் கூட்டியள்ளினாள். வீட்டுக்காரர் அவளுக்குப் பணத்தை எண்ணிக் கொடுத்தார். அவள் வாங்கி சுருக்குப் பையில் வைத்துக் கொண்ட போது எதிர்த்த வீட்டிலிருந்து ஒல்லியாகவும் உயரமாகவுமிருந்த பெண், “அய்யோ அம்மா அய்யோ அம்மா” என்று அலறியபடி ஓடி வந்து அந்த வீட்டுக்குள் நுழைந்தாள். அவளுக்குப் பின்பாக ஓடி வந்த அவளது கணவன், “வீட்டை விட்டு வெளியே வாடீ. இன்னைக்கு ஓ மூக்கை அறுக்காமே விடமாட்டேன்” என்று கத்தியோடு நின்றான். அவனை வீட்டுக்குள் நுழையவிடாமல் அங்கிருந்த ஆண்கள் தடுத்தி நிறுத்தினார்கள்.

“நில்லுப்பா பொம்பளைப் புள்ள முன்னாடி கத்தியை நீட்டிக்கிட்டு. என்ன ஏதுன்னு பேசி முடிக்கிறத விட்டுப்புட்டு கத்தியவா தூக்கிட்டு ஓடி வருவ. முதல்லே கத்தியைக் கீழே போடுப்பா”

"அண்ணே அவ ஏந்துட்டையெல்லாம் எடுத்துட்டுப்போய் எனக்குத் தெரியாமே மூக்குத்தி வாங்கிப் போட்டுக்கிட்டு வந்திருக்காண்ணே."

"மூக்குத்திதானே வாங்குனா, நல்லதுதானே செஞ்சுருக்கா."

"நாளைக்குக் காலையிலே வயலுக்கு உரமூடை வாங்க வெச்சிருந்த காசுண்ணே. அடியேய் நீ வெளியே வரல்லே இன்னைக்கு நா உன்னய வீட்டுக்குள்ளே நுழையவிடமாட்டேன்டீ..."

"ஏம்மா புஷ்பம் வீட்டுக்குள்ள இருக்கிற அந்தப் புள்ளய கூட்டிட்டு வா" என்று வீட்டுக்காரர் சொன்னதும், அவருடைய மனைவி அவளை அழைத்து வந்தாள். அவளது கன்னம் இரண்டும் வீங்கி சிவந்திருந்தன. தன்னை அழைத்து வந்த பெண்ணின் கையை இறுக்கமாகப் பிடித்திருந்தாள். சேலையைத் தூக்கிக் கட்டியிருந்தாள். கண்கள் ஓடுவதற்கும் ஒளிந்துகொள்வதற்கும் இடத்தைத் தேடின. அப்போதுதான் அவளது மூக்குத்தியைப் பார்த்தேன். ஸ்ரீதேவி பேசரி. எட்டுக்கல்லும் அவளது கண்களிலிருந்து துளிர்த்து நிற்கும் கண்ணீர்த் துளிகளைப் போல் மினுங்கின. கத்தியை வைத்திருந்தவன் வேகமாக அவளது கையை எட்டிப்பிடித்துத் தரதரவென்று இழுத்துச் சென்றான்.

"அய்யோ அம்மா அய்யோ அம்மா" என்று அவள் கத்தியதை அவன் பொருட்படுத்தவில்லை. "உரமூடைக்கு வெச்சிருந்த காசுடீ" என்று மூச்சுவாங்க பேசியது மட்டும் கேட்டது. அவர்கள் வீட்டுக்குள் சென்று கதவடைத்துக் கொண்டதும் சத்தம் எதுவும் கேட்கவில்லை. வீட்டுக்காரரின் மனைவி மெதுவாக, "வயலுக்கு தண்ணிகட்டுறவன் பொண்டாட்டி அழகா ஸ்ரீதேவி மூக்குத்தி வாங்கிப் போட்டிருக்கா. மூக்கிலே இருக்கிறதே தெரியலை. எனக்குன்னு ஒண்ணு வாங்கிட்டு வந்தீங்களே. மூக்குத்தியாம் மூக்குத்தி சொளகுமாதிரி" என்று வீட்டுக்காரரைப் பார்த்துச் சொன்னாள். அதற்கு அவர், "அதான் அதை வேண்டாமுன்னு திருப்பிக் கொடுத்துட்டேயில்லே. அப்புறம் எதுக்கு அதைப் பத்திச் பேசுறே. வீட்டுக்குள்ளே போ" என்றார். அவள் கோபமாகச் சென்றாள்.

சில்வாணம் பாலமுருகன் பட்டறையில் ஏழுமலை மாமா கொண்டு வந்த திராட்சைக் கொத்து பேசரியின் ஞாபகம் வந்தது. பொன்னுத்தாய், "வா மகனே வீட்டுக்குப் போகலாம்" என்று என்னை அழைத்தாள். நாங்கள் இருவரும் நடந்தோம். மாட்டுவண்டிகள் நின்றிருந்த இடத்திற்கு வந்த போது வீட்டுக்காரரின் மனைவி இப்போது என்ன மூக்குத்தி போட்டிருக்கிறாள் என்பதைப் பார்க்காமல் வந்துவிட்டோமே என்ற எண்ணம் வந்தது. திடீரென பொன்னுத்தாய் திரும்பிப் பார்த்து, "எனக்கொரு ஒத்தாசை செய்யுறயா மகனே என்று கையைப் பிடித்து கண் கலங்கக் கேட்டாள். "என்ன வேணுமுன்னு சொல்லு" என்று கூச்சத்துடன் கேட்டேன்.

பொன்னுத்தாயின் வீடு இரண்டு புறமும் திண்ணை வைத்துக் கூரை வேய்ந்திருந்தது. முன்கூரையை இரண்டு பெரிய மூங்கில் தடிகள் தாங்கி நின்றன. பொன்னுத்தாய் தான் வீட்டுக்குள் முதலில் நுழைந்தாள். அவளுக்குப் பின்னால் நடந்து சென்றேன். இருட்டாக இருந்தது. இருட்டுக்குள் ஆட்கள் நடமாடுகிற சத்தத்தைக் கேட்க முடிந்தது. முணுமுணுவென்கிற சத்தம். கோயில் சிலையில் ஒட்டியிருக்கும் எண்ணெயின் வாசத்தைப்போல வாசம் பரவியிருந்தது. யார் இருக்கிறார்கள் என்று தேடினேன். சிறிய விளக்கு எரிந்துகொண்டிருந்தது. அந்த விளக்கின் முன்னால் அமர்ந்து ஒரு காலை மடக்கி மற்றொரு காலை நீட்டி அமர்ந்திருந்த பெண் காகிதங்களைப் பசையால் ஒட்டிக்கொண்டிருந்தது தெரிந்தது. அந்த அக்காவின் முகத்தைப் பார்த்தேன். காதிலும் மூக்கிலும் எதுவுமில்லாமல் ஈக்கிக்குச்சியைச் சொருகி வைத்திருந்தாள். சிம்னி விளக்கின் வெளிச்சத்தில் எண்ணெய் வடிந்திருந்த அவளது முகம் பொன்னிறமாகத் தெரிந்தது. பொன்னுத்தாய் சிம்னி விளக்கை ஏற்றி வைத்து, "கரன்ட் இல்லே. பணம் கட்டலன்னு பீஸ் கட்டையைப் பிடுங்கிட்டுப்போயிட்டாங்க" என்று சொன்னாள். "எவ்வளவு பணம், நம்பர் என்னான்னு சொல்லு. நாளைக்குக் காலையிலே கட்டுறேன்" என்று சொன்னேன். அப்போது எனக்குள் பெரிய மனுச தோற்றம் உண்டாகியிருந்தது.

மீசையெல்லாம் வளர்ந்திருக்கிற நினைப்பில் மேல் உதட்டைத் தடவிக்கொண்டேன்.

“அதெல்லாம் வேணாம். நா கட்டிருவேன்” என்று சொன்னவள் பிள்ளைகள் முன்னால் விளக்கை வைத்தாள். ஆறு பெண் பிள்ளைகளும் வரிசையாக உட்கார்ந்திருந்தார்கள். அவர்களில் ஒருத்தி புளியம்பழத்தின் ஓடுகளைத் தட்டுவதை நிறுத்தி இருந்தாள். மற்றொரு பெண் நிலக்கடலை உரித்துக்கொண்டிருந்தாள். அவள் முன்னால் பொக்குகளும் கடலைப்பருப்பும் தனித்தனியாகக் கிடந்தன.

“ஆறுக்கும் காதிலயும் மூக்கிலயும் எதுவுமில்லாமே ரெண்டு வருசமா வெளியே எங்கேயும் போகம வீட்டுக்கும் வாசலுக்குமா இருக்குது. நா என்னத்தைச் செய்வேன்” என்றாள்.

அவள் சொல்லி முடிந்ததும் என் முன்னால் அமர்ந்திருந்த பெண்களின் முகத்தைப் பார்த்தேன். அவர்களது காதுகளும் மூக்குகளும் ஈக்கிக்குச்சிகளுடன் இருப்பதைப் பார்க்க பயமாக இருந்தது. கண்ணம்மா சிலைக்கு எண்ணெய் தடவுவதற்கு முன்பாக அலங்காரத்தை எடுத்ததும் தெரிகிறது போல அவர்கள் இருந்தார்கள். அவர்களுடைய முகத்தை உற்றுப் பார்த்த போது, கோயில் சிலையே இங்கு வந்து வரிசையாக உட்கார்ந்திருப்பது போலத் தெரிந்தது.

“நா ஆத்துக்குக் கூட்டிட்டு போனா மூக்கில இல்லையா காதில இல்லையான்னு தெருக்காரப் பொம்பளைங்க என்னய நிக்கவெச்சு சேலயயுருவுவாளுக. ஒருநாளைக்கு வந்து உங்க அக்காமார்களை ஆத்துக்குக் கூட்டிட்டுப் போயிட்டு வாடா மகனே” என்று தலைகுனிந்து சொன்னாள். அவள் சொல்லி முடித்ததும் மூத்த அக்கா எழுந்து பொன்னுத்தாயின் தோளைப் பிடித்து, “அழாதம்மா அழாதம்மா” என்று குலுங்கி அழுதாள். அவர்கள் அழுவதைப் பார்க்க முடியாமல் வீட்டை விட்டு வெளியேறினேன்.

4

மாரிமுத்து பூசாரிக்கு விஜயா ஹோட்டல் காப்பியென்றால் உயிர். தூக்குவாளி நிறைய வாங்கிக் கொடுத்தாலும் போதாது. இன்னும் இருக்கிறதா என்று கேட்பார். கூடவே கீரைவடையை வாங்கிக் கொடுத்தால் சிறிது நேரம் ஆராத்தித்தட்டைக் காட்டி மணியடிப்பார். சந்தா நடத்துபவர்கள் அழுக்கு பூசாரி என்று பெயர் வைத்திருந்தார்கள். கோயில் திண்ணையில் வாரந்தோறும் சந்தா நடக்கும். இரவு எட்டு மணிக்கு மேல் தொடங்கி சில நேரங்களில் சண்டையோடு இரவு பனிரெண்டு மணிக்குக்கூட முடியும். அன்று அவருக்கு விஜயாவிலிருந்து தோசையும் காப்பியும் வந்துவிடும். சந்தா ஆரம்பிக்கும் போதும், சந்தா முடியும் போதும் ஆராத்தித்தட்டில் சூடத்தைக் கொளுத்துவார். மூலஸ்தானத்து விக்ரகத்துக்கு காண்பித்துவிட்டு வெளியே இருக்கும் பிள்ளையாருக்குக் காண்பிக்க வருவார். கொணகொணவென்று ஸ்லோகம் போல ஏதோ ஒன்றை முணுமுணுப்பார்.

"அழுக்கு பூசாரி முதல்லே பிள்ளையாருக்கு சூடத்தைக் காட்டிட்டு அப்புறமா மூலஸ்தானத்துக்குக் காட்டிவீயா. அதை விட்டுட்டு" என்று சந்தா நடத்துபவர்கள் அவரைத் திட்டுவார்கள்.

பூசாரி, "நீ முதல்லே தட்டு நிறைய்ய காணிக்கையைப் போடு. அப்புறம் தீபங்காட்டுறதைப் பத்திக் குறைசொல்லு. நீ எனக்குச் சொல்லித்தர்றயா" என்று சாமி வந்தது போலப் பேசுவார்.

சந்தாவுக்கு வந்தவர்கள், "விடுப்பா விடு. அப்புறம் சாமி வந்து ஆடுவாரு. சாமியை மலையேத்த ராத்திரி முழுக்க தீபத்தட்டை ஏந்திப் பிடிக்கணும்" என்றதும் கூட்டத்திலிருப்பவர்களோடு அவரும் சிரித்து விடுவார்.

வெள்ளிக்கிழமை காலையிலும் மாலையிலும் கோயிலில் பெண்கள் கூட்டம் கூடும். விளக்குப் போடுவதற்கு, நல்ல காரியத்திற்கு பூ எடுத்துப் பார்ப்பதற்கு, எலுமிச்சை மாலை போடுவதற்கு, கதம்ப மாலை கொடுத்து அர்ச்சனை செய்வதற்கு ஆட்கள் வருவதும் போவதுமாக இருப்பார்கள்.

ஞாயிற்றுக்கிழமைதான் அவருடன் பேசச் சரியான நாள். சைக்கிளை வாசலில் நிறுத்திவிட்டு கோயிலுக்குள் சென்றேன். பூசாரி திண்ணையில் கால் நீட்டிப் படுத்திருந்தவர் நடந்து வருகிற சத்தத்தைக் கேட்டதும் எழுந்து உட்கார்ந்தார்.

“பூசாரி இந்தாங்க, விஜயா ஹோட்டல் காப்பி” என்று தூக்குவாளியை நீட்டினேன். பொட்டலம் கட்டிய கீரை வடையை அவர் முன்னால் வைத்தேன். அவர் அதற்காகத்தான் காத்திருந்தவர் போல பொட்டலத்தைப் பிரித்தார். “எதுக்குடா இவ்வளவு வடை. உங்கப்பா வாங்கித் தந்தாரா” என்று ஆர்வமாகக் கேட்டார். அவருடைய முகம் முழுக்க பற்கள் தெரிவது போல் சிரித்தார். மார்பில் கிடந்த அழுக்குப் பூணூலை இழுத்து விட்டார். அழுக்கு நூல் சரியாக குறுக்கு வசத்திற்கு மாறியது.

“இல்லே நாந்தான் வாங்கினே...”

“எதுக்குடா?”

“ரொம்ப நாளாச்சு கோயிலுக்கு வந்து. நீங்க என்ன செய்யிறீங்கன்னு பாத்துட்டுப் போகலாமுன்னு வந்தேன்.”

பூசாரி என் முகத்தைப் பார்த்தார். வடையைப் பிய்த்து மூலவிக்ரகத்திற்கும் பிள்ளையாருக்கும் வைத்துவிட்டு வாயில் போட்டுக்கொண்டார். பிறகு வாசலைப் பார்த்தார். என்னுடன் யாரும் வரவில்லையென்று தெரிந்ததும் திண்ணையில் என் முன்னால் அமர்ந்து கால்களை நீட்டிக்கொண்டார். இரண்டு வடைகளும் வயிற்றுக்குள் சென்றதும் தூக்கக் கலக்கம் கலைந்திருக்க வேண்டும். காப்பியை தம்ளரில் ஊற்றி மெதுவாகக் குடித்தார்.

“அப்பாடா டிக்காஸ்ஷன் கரெக்ட்டா போட்டிருக்கான். கசப்புமில்லே இனிப்புமில்லே” என்று நாக்கால் உதட்டைத் தடவிவிட்டார்.

“சொல்லுடா என்ன விஷயம். நா உனக்கு என்ன செய்யணும்?”

பூசாரி இப்படிக் கேட்டதும் எனக்கு உடனே பதில் சொல்ல

முடியவில்லை. யோசிப்பது போல் முகத்தை வைத்துக் கொண்டேன். கேட்டுத் தராமலிருந்தால் என்ன செய்வது என்ற யோசனை கூடவே வந்தது. பழைய வெள்ளி மூக்குத்திகளையெல்லாம் யாருக்கும் தெரியாமல் விற்பதற்கு வந்திருக்கிறார் என்கிற விபரத்தை வேலு ஏற்கனவே சொல்லியிருந்தான். அதனால்தான் தைரியமாக வடையையும் காப்பியையும் காசு கொடுத்து வாங்கி கோயிலுக்கு வந்தேன். கேட்டுவிடலாமா இல்லை அப்படியே திரும்பிவிடலாமா என்று யோசித்தேன். "நீ யோசிக்கிறதைப் பார்த்தா பெரிய விஷயமா இருக்கும்போல. சாமி வந்து யாருக்காவது அருள்வாக்குத் தரணுமா" என்று கேட்டார்.

"அதெல்லாம் ஒண்ணுமில்லே. பழைய பேசரி வேணும்" என்று வேகமாகக் கேட்டேன். நான் கேட்டது அவருக்குப் புரிந்ததா இல்லையா என்று தெரியவில்லை. குடித்து முடித்த காப்பி தம்ளரைத் தரையில் வைத்துவிட்டு, மூலவிக்ரகத்திற்குப் பின்னால் சென்று சுவரில் தொங்கிக்கொண்டிருந்த பழைய மஞ்சள் பையை எடுத்துக்கொண்டு வந்தார். பையை என் முன்னால் வைத்து, "உனக்கு எத்தனை வேணுமோ எடுத்துட்டுப் போ. உனக்கு இல்லாததா" என்றார்.

மஞ்சள் பையை ஆர்வமாகப் பார்த்தேன். கறுத்துப் போய் அழுக்குப் பிடித்து எண்ணெய் ஒட்டிய பழைய வெள்ளி பேசரிகள் கிடந்தன. பையிலிருந்தது எல்லாமே திராட்சைக் கொத்து பேசரிதான். "எனக்கு ஏழு பேசரி வேணும் பூசாரி."

"ஒரு பேசரிக்கு இவ்வளவுன்னு காசைக் கொடுத்துட்டு எடுத்துட்டுப் போ. உனக்கு இல்லாததா" என்று தலையைக் குனிந்து கத்திரிக்காய் பொறுக்குவது மாதிரி பேசரியைத் தேடினார். "இந்தா இதை எடுத்துக்க. இது போன வருஷம் செஞ்சது" என்று ஒன்றை எடுத்துக் கொடுத்தார். போஜப்பன் செய்து கொடுத்தது. எனக்கு நன்றாக ஞாபகமிருந்தது. எடுத்து வைத்துக் கொண்டேன்.

ஏழு பேசரிக்கு அடுத்த வாரம் பணம் தருவதாகச் சொல்லி கோயிலை விட்டு வெளியே வந்தேன். சைக்கிளின் ஸ்டாண்டை

எடுத்து விட்டு உருட்டும் போது, “டேய் ஆசாரி மகனே வெளியே சொல்லி என்னையை சாமி ஆட வெச்சுறாத” என்று பயமுறுத்துவதுபோல பேசினார். நான் அவரிடம் “நா வாங்கிட்டுப் போனதை யார்கிட்டேயும் சொல்லாமே இருந்தா போதும்” என்றதும் அவர் சரி என்று தலையை ஆட்டினார். ஏழு பேசரிகளுக்கு அழுக்கும் எண்ணெயும் எடுக்க வெடியுப்பில் ஊற வைத்து அடுப்பில் வைத்தேன். எண்ணெயும் அழுக்கும் உஷ்ணத்தில் கருகி புகை வெள்ளையாகக் கிளம்பியது. பேசரிகளை அடுப்பிலிருந்து எடுத்த போது, பளீச்சென்றிருந்தது. கற்கள் மினுங்கின. மெருகுபோட்டு முடித்து ரோஸ் கலர் காகிதத்தில் மடித்து வைத்துக் கொண்டேன்.

பொன்னுத்தாய் வீட்டிற்கு சைக்கிளை எடுத்துக் கொண்டு சென்றேன். பொன்னுத்தாய் இன்னமும் வந்திருக்கவில்லை. வருவதற்கு இன்னமும் நேரமிருக்கிறது. திண்ணையில் அமர்ந்து “அக்கா அக்கா” என்று அழைத்தேன். கதவு திறந்துதான் இருந்தது. இன்னமும் கரன்ட் வரவில்லை. இரண்டு சிம்னி விளக்குகளின் வெளிச்சத்தில் ஆறு பெண்களும் வேலை செய்து கொண்டிருந்தனர். எண்ணெயின் வாடை வாசல் வரை இருந்தது. “தம்பி உள்ள வாடா” என்று குரல் வந்ததும், உள்ளே சென்றேன். பெரிய அக்கா காகிதத்தை மடித்து மடித்து பசையில் ஒட்டிக்கொண்டிருந்தாள். என்னைப் பார்த்ததும் அவளுக்கு சிரிப்பு பொறுக்க முடியவில்லை. “சைக்கிள்லயா வந்திருக்க” என்று கேட்டாள். “ஆமாம்” என்று சொன்னேன். பெரிய அக்கா வேகமாக எழுந்து, வாசலுக்கு வந்து நின்றாள். அவள் பின்னால் வந்து நின்றேன். அவளது முகத்தைப் பார்த்தேன். வெளிச்சமாக இருந்தது. கண்களைத் திறந்து தெருவைப் பார்த்தாள். ஸ்டாண்டை எடுத்து ஊடுகால் போட்டு ஏறி சீட்டில் உட்கார்ந்துகொண்டாள். தரையில் ஊன்றியிருந்த காலை உந்தினாள். “பின்னால ஏறிக்கடா தம்பி ஆத்துக்குப் போவோம்” என்று சொல்லி ஓட்டினாள்.

பெரிய அக்காவுடன் பின்னால் உட்கார்ந்து தெருவை வேடிக்கை பார்த்தேன். வேகமாகவும் இல்லை மெதுவாகவும் இல்லை. சைக்கிள் பூப்போல ஓடியது. உழட்டவில்லை. எக்கியெக்கித்தான்

ஓட்டினாள். அவள் தெருவைத் தாண்டிச் சென்றதும், வாசலில் அமர்ந்திருந்த பெண்ணொருத்தி, "அடீயேய் பெரியவளே எங்கடீ போறே. யார்றீ பின்னால" என்று கேட்டாள்.

"பெரியத்துக்குப் போறேன். இது பட்டறக்காரத் தம்பி" என்று திரும்பிப் பார்க்காமல் சொன்னாள். எனக்கு சந்தோசமாக இருந்தது. பெரியாற்றில் சைக்கிளை நிறுத்தியதும் நான் டவுசர் பாக்கெட்டிலிருந்து பொட்டலத்தைப் பிரித்து திராட்சைக் கொத்து மூக்குத்திகளைக் காட்டினேன். ஏதோ வேண்டாத பொருளைப் பார்ப்பது போல பார்த்தாள். எனக்கு ஏமாற்றமாக இருந்தது.

பிறகு என்னிடம், "நீ போய் ரெண்டாவது அக்காவைக் கூட்டிட்டு வாடா" என்றாள். மூக்குத்திப் பொட்டலத்தைப் பாக்கெட்டில் வைத்துக்கொண்டு சைக்கிளில் வீட்டுக்குச் சென்றேன். இரண்டாவது அக்கா வாசலில் நின்றிருந்தாள். மூச்சுவாங்கியபடி, "பெரிய அக்கா உங்களை ஆத்துக்கு வரச் சொன்னாங்க" என்றேன். இரண்டாவது அக்காவை பின்னால் உட்கார வைத்து சைக்கிளை ஓட்டிச் சென்றேன். என்னால் பெரிய அக்காவைப்போல ஓட்ட முடியவில்லை. சைக்கிள் உழன்று உழன்று வளைந்து சென்றது. தெருவைக் கடந்த போது முறத்தை மடியில் வைத்திருந்த பெண், "எங்கடீ போறீங்க அக்காவும் தங்கச்சியும்" என்று கேட்டாள்.

"துணி தொவைக்கிறதுக்கு பெரியாத்துக்குப் போறோம்" என்று சொன்னாள்.

நாங்கள் இருவரும் ஆற்றுக்குச் சென்ற போது பெரியஅக்கா கரையில் அமர்ந்திருந்தாள். சைக்கிளை நிறுத்திவிட்டு அவளருகே சென்றேன். பெரியஅக்கா என்னிடம் "நீ அக்காவுக்குத் தொணையா இங்க இரு. நா போய் சைக்கிளிலே ரெவ்வண்டு பேரா கூட்டியாந்திர்றேன்" என்று சைக்கிளில் சென்றாள். இரண்டாவது அக்காவுக்கு மூக்குத்தியைக் காட்டினேன். ஆசையாக மூக்குத்தியை எடுத்துக் கொள்வாள் என்று நினைத்தேன். அவளும் பெரிய அக்காவைப் போல திரும்பிக்கூடப் பார்க்கவில்லை. இரண்டு அக்காக்களுக்கும்

ஏன் மூக்குத்தியைப் பிடிக்கவில்லையென்று தெரியவில்லை. மூக்குத்தியை ஆசையாக எடுத்து வைத்துக் கொள்வார்களென்று நினைத்தேன். ஆனால் ஒருவர் கூட மூக்குத்தியைக் கையால் தொட்டுப் பார்க்காமலிருந்தது ஆச்சரியமாக இருந்தது.

சிறிது நேரங்கழித்து பெரியஅக்கா சைக்கிளில் இரண்டு பிள்ளைகளை அழைத்துக் கொண்டு வந்தாள். அவர்கள் கையில் பையிருந்தது. அவர்கள் இறங்கியதும் பெரியஅக்கா டக்கடித்து சைக்கிளை வளைத்து திரும்பவும் வீட்டை நோக்கிச் சென்றாள். இரண்டு பேரிடமும் மூக்குத்தியைக் காட்டலாமா என்று யோசித்தேன். மூத்த அக்காவும் இரண்டாவது அக்காவும் மூக்குத்தியை எடுத்துக் கொள்ளாத போது அவர்கள் மட்டும் எப்படி எடுத்துக் கொள்வார்கள். அவர்களும் வேண்டாமென்று சொல்வார்கள் என காட்டவில்லை.

பெரிய அக்கா சைக்கிளில் இரண்டு பேரை வைத்து மூச்சு வாங்க ஓட்டிக்கொண்டு வந்தாள். ஆற்றங்கரைப் பாதைக்கு முன்பாக சைக்கிளை நிறுத்தியதும் அவர்கள் இறங்கிக் கொண்டார்கள். நான் ஓடிப்போய் சைக்கிளை வாங்கி நிறுத்தினேன். வெயில் உச்சிக்கு வந்திருந்தது. அவர்கள் மூவரும் ஆற்றங்கரைக்குப் போய் தாங்கள் கொண்டு வந்த பைகளைக் கரையில் வைத்தார்கள். பெரியஅக்கா, “நாங்க குளிச்சிட்டு வர்றோம். நீ சைக்கிளை எடுத்துட்டு வீட்டுக்குப் போ தம்பி” என்று சொன்னாள். “நீங்க குளிச்சிட்டு வர்றவரைக்கு நா இங்க இருக்கேன்” என்று சொன்னேன். பெரியஅக்கா கேட்கவில்லை. ஆறு அக்காக்களும் ஒருவரின் தோள் மேல் ஒருவர் கைபோட்டுக் கொண்டு ஆற்றில் இறங்கினார்கள். ஆற்றின் மையத்தை நோக்கி அவர்கள் மெதுவாக நடப்பதைப் பார்த்தேன். அவர்களுடைய தலை தண்ணீரில் மூழ்கும்வரை அங்கு நின்றிருந்தேன். குளித்து முடித்து அவர்களாக வீட்டிற்கு வந்து விடுவார்களென்று சைக்கிளை உருட்டினேன்.

– ‘காலச்சுவடு’, ஆகஸ்ட் 2020.

சாவு அலங்காரம்

நீலமணி, காரக்குழம்பு கொதி வந்ததும் அடுப்பிலிருந்து இறக்கிவிடவேண்டுமென்று காத்திருந்தாள். முருகேசனும் பிரகாஷும் வீட்டுக்கு வருவதாகவும் கூடவே முரளியும் வருவதாக, சர்க்கரை செட்டியார் சொன்னதும், குளித்து முடித்து புதுப்புடைவை உடுத்திக்கொண்டாள். வீட்டிற்கு மருமக்கமார்கள் வரும்பொழுது அவள் பட்டுச்சேலைதான் உடுத்திக்கொள்வாள். முகத்தில் வட்டபொட்டும் கழுத்திற்கு மூன்று சரம் சங்கிலியும், ஊனாக்கானா பதக்கமும், வெள்ளைக்கல் அட்டியலும் போட்டுக் கொண்டாள். வலது கை விரலில் நெளி மோதிரமும், இடது கை விரலில் பவள மோதிரமும் மாட்டிக்கொண்டாள். கூடவே நான்கு கெட்டிவளையல்கள். அவள், கல் வைத்த வளையல் போடுவதில்லை. கண்ணாடியில் முகத்தையும் புடைவையையும் பார்த்தாள். ஏதோ குறைவதாகத் தெரிந்தது. வேலைக்காரப் பெண் பொம்மியை அழைத்துக் கேட்டாள். அவள், மேலும் கீழும் பார்த்தாள். புடைவையைத் தொட்டுச் சுருக்கத்தைச் சரிசெய்தாள். “அம்சமா இருக்கும்மா. கோயில்ல இருக்குற மீனாட்சி கண்ணு முன்னாடி நிக்ற மாதிரி” என்று சொன்னாள்.

நீலமணிக்கு, அவள் இதைத்தான் சொல்வாள் என்பது தெரியும். மதியம் மூன்று மணிக்குத் தொடங்கி, சாயங்காலம் பொம்மி வாசல் தெளித்துக் கோலமிட்டு முடிகிற வரை சிங்காரித்தாள். துணைக்கு அவளை அழைக்கவில்லை. கையில் வங்கிக்காப்பு, மூக்கில் புல்லாக்கு, இடுப்பில் ஒட்டியாணம் போட்டுக்கொண்டால் நாற்பது வருடத்திற்கு முன்பு செட்டியாரைத் திருமணம் செய்து கொள்ள புதுவயலிலிருந்து புறப்பட்டு வந்த பதினைந்து வயது நீலமணியைப் போலிருக்கும் என்பது அவளுக்குத் தெரியும். வயதாக வயதாக அலங்காரப் பெட்டியிலிருந்து உருப்படிகளை ஒவ்வொன்றாகக் கழிக்கவேண்டியதாக இருக்கிறது என்கிற வருத்தத்தைத் தவிர வேறெதுவும் அவளிடம் இல்லை.

பொம்மி வாசல் தெளித்துக் கோலமிட்டிருந்தாள். பெரிய கோலம். அவளுக்குத் திருப்தியாக இருந்தது. ராத்திரி சாப்பாட்டுக்கு அடைமாவு அரைத்துவிட்டாள். தேங்காய் சட்டினியை ஆட்டுரலில் ஆட்டி எடுத்து வைத்திருந்தாள். தாளிப்பு வேலை பாக்கியிருக்கிறது. ஆச்சியம்மா அலங்காரம் முடிந்து அடுப்பறைக்கு வந்த பிறகு அவளுக்குச் சிறிது மூச்சுவாங்க முடிந்தது. கிணற்றுப் பக்கத்திற்குச் சென்று வாழைஇலை அறுத்துக்கொண்டு வரவேண்டும். அதுவும் விளக்குப் பொருத்துவதற்கு முன்னால் செய்தாக வேண்டும் என்று நினைத்துக்கொண்டாள்.

பொம்மி, “இந்தப் பால்காரரு வந்தாருன்னா கொல்லைக்குப் போய் இலைய அறுத்துப்போடுறான்னு சொல்லலாம். அதுக்கு ஆளைக்காணோம்” என்று வாசலைப் பார்த்தாள்.

“ஏன்டீ, கையறுவாளை எடுத்து நறுக்கிட்டு வர்றதுக்கு உனக்கு முடியலயா. நா சொல்லக்கூடாதுடீயம்மா. உனக்கு பொத்துக்குட்டு வந்துரும். பால்க்காரனே வரட்டும்.”

பொம்மி சிரித்துவிட்டாள். “ஆச்சி அவருக்கு ரெண்டு மூணு வேலை இருக்கு கொல்லயில. அதுக்குத்தா” என்று சொன்னவள் வாசலைப் பார்த்தாள். “இந்தா பெரியவங்க வந்துட்டாங்க” என்று சேலையை இழுத்துவிட்டுக் கொண்டாள்.

வீட்டின் பெரிய மாப்பிள்ளை முருகேசன் முதலில் வந்தார். அவருடன் அவரது மகன் முரளியும் வந்தான். அவன் சென்னை கல்லூரியில் முதலாம் ஆண்டு படித்துக்கொண்டிருந்தான். சர்க்கரைத் தாத்தாவிடமிருந்து தர்பார் மோதிரத்தை 'சாவு அலங்காரத்துக்கு' வாங்கிட்டுப்போய்த் திருப்பித் தரமாட்டேங்குறாங்க என்று அவனது அம்மா தொலைபேசியில் சொன்னதும் கிடைத்த இரண்டு நாள் லீவில் ரயிலேறி ஊருக்கு வந்துவிட்டான். அவர்கள் இருவரும் வீட்டிற்கு வந்த சிறிது நேரத்தில் இரண்டாவது மாப்பிள்ளை பிரகாஷும் வந்தார். முருகேசனை விட அவர் உயரம். நிலைப்படியைக் கடந்து வரும்பொழுது குனிந்து வரவேண்டும். நிலைப்படிக்குச் சரியாக இருந்தான் முரளி. அவர்கள் வீட்டிற்குள் வந்ததும் பூஜையறையிலிருந்த செட்டியார் தீபத்தட்டை வைத்துவிட்டு வெளியே வந்தார்.

சர்க்கரை செட்டியார் இரண்டு மருமகப்பிள்ளைகளை ஒன்றாகப் பார்த்ததும் பதறிப்போய் வாங்க என்று கூட கேட்கவில்லை. நாற்காலியில் கிடந்த தன்னுடைய மேல் துண்டை எடுத்து தோளின் மேல் போட்டுக் கொண்டார். சட்டை அணிந்திராதது அவருக்கு சங்கடமாக இருந்தது. முருகேசனும் பிரகாஷும் அமர்ந்துகொண்ட பிறகு அவர் அமர்ந்தார். நீலமணி சமையலறையிலிருந்து வெளியே வந்து மேஜையில் தண்ணீர்ச் செம்பை வைத்துவிட்டு அவர்களுடன் பேசிவிட்டுச் சென்றாள்.

முரளிதான் முதலில் பேசினான். "நீங்க சாவுக்கெல்லாம் நகைய தரமாட்டேன்னு சொல்ல வேண்டியதுதான தாத்தா" என்று அவரின் பக்கத்தில் அமர்ந்து சொன்னான். அவன் பேசியது ஒருவகைக்கு நல்லதாகப் போனது. சர்க்கரை செட்டியார் பேசத் தொடங்கினார்.

"எங்க தாத்தா காலத்துல இருந்த பழக்க வழக்கம் மரளி. அவருக்கு சாமியாருக மேல ரொம்ப பக்தி. ஒவ்வொரு நா ஒருத்தர வீட்டுக்கு அழைச்சி விருந்து கொடுத்து, தூங்கச் சொல்லி ரெண்டு காலையும் பிடிச்சுவிடுறதில அவுகளுக்கு

சந்தோஷம். அப்பத்தான் அவுங்க மனசு திருப்தியாகும். அப்படி இருந்த நாள்ல சாமியாரு ஒருத்தரு சொன்ன விஷயந்தான் இது. சாவுக்கு யாராவது நகை கேட்டா தட்டாம பெட்டியத் தெறந்து கொடுன்னு சொல்லியிருக்காரு. அன்னயில இருந்து இன்னய வரையில இது நடக்குது. அவருக்கு அப்பெறம் எங்க அப்பா. அப்பாவுக்கு அப்பறம் சர்க்கரை செட்டியாருன்னு செஞ்சிட்டு வர்றோம். நகை நட்டு மேல யாருக்கு ஆசையில்ல. செத்துப்போனவங்க ஆசப்பட்ட நகையப் போட்டு அலங்காரம் செஞ்சு தூக்கிட்டுப்போய் காட்டில அடக்கம் செய்யுறதில தப்பில்ல. காசா பணமா கேக்குறாங்க உருப்படியத் தர்றேன். சாவுக்கு அலங்காரம் செஞ்சு, அடக்கத்துக்கு முன்னாடி கழட்டித் திருப்பிக் கொடுக்கிறாங்க. கழுவி சுத்தம் செஞ்சு பெட்டியில வெச்சுப் பூட்டுறேன். எத்தனை வருஷம் இது நடந்துட்டு வருது. இங்கிலிஷ்காரன் வந்து போட்டோ படம் பிடிச்சிட்டு போயிருக்கான். கல்கத்தா பத்திரிகையில எங்க தாத்தா பேர் வந்திருக்குடா மரளி"

"இந்தா, இப்ப ஒருத்தன் உங்கள ஏமாத்திட்டுப் போயிட்டான். பத்து நாளாச்சு. என்னா செய்வீங்க...?"

"இதென்ன தொழிலா. விட்டதை அடுத்த வியாபாரத்தில பிடிக்கிறதுக்கு. மனுஷனோட தரத்த இறைவன் சோதிக்கிறான். இப்படியாச்சுன்னா நீ என்ன செய்வே. திரும்பவும் பெட்டியத் தெறந்து நகைய கொடுப்பியா? இல்ல பெட்டியில வெச்சு பூட்டுவீயா?ன்னு சோதிக்கிறான்"

"அவன எங்கே போய்த் தேடுவீங்க" என்று முருகேசன் அவரிடம் கேட்டான்.

"தர்பார் மோதிரம் போடணும், தர்பார் மோதிரம் போடணுமின்னு சொல்லிட்டு இருந்தாரு எங்க ஐயா. திடீருன்னு நெஞ்சுவலிச்சு செத்துப்போயிட்டாரு. அப்பச்சிக்கிட்ட வாங்கிட்டு வந்து சாவு அலங்காரத்துக்குப் போடுறேன் ஐயான்னு வாக்குக் கொடுத்துட்டேன்னு கொல்லையில காலப்பிடிச்சு அழுதவன எப்படி நம்பாம இருக்க முடியுமா மரளி" என்று முரளியிடம் சொன்னார்.

முரளியை, மரளி என்று அழைக்கும் கொஞ்சலுக்கு முருகேசன் மயங்கவிடுவார். மரளி என்று அழைப்பது பாட்டுப் பாடுவது மாதிரியிருக்கும். மூன்று முயல் மார்க் சிவப்புக் கமலங்கள், ரோஜா மார்க் நீல கமலங்கள், ஹாலண்ட், பாரீஸ், டபுள் மற்றும் சிங்கிள் கட்டிங் ஹைரேக் கமலங்களை, எதிர் வெயில், நேர் வெயில், கடை வெயில் உள்வெயில், வெளி வெயில், காலை வெயில், மதிய வெயில், சாயங்கால வெயில் என்று பார்க்காமல் கடைக்குள் உட்கார்ந்து விற்று சம்பாதித்து தங்களது மனைவிமார்களைப் படிக்க வைத்து டீச்சர் உத்தியோகமும் வாங்கிக் கொடுத்து மாதத்தில் ஒருநாள் வீட்டுக்கு வரவழைத்து தீபாவளி மாதிரி விருந்து வைத்து கொண்டாடும் மனுஷனுக்கு இக்கட்டான நேரத்தில் உதவவேண்டுமென விஷயத்தைக் கேள்விப்பட்டதும் முருகேசன் வீட்டுக்கு வந்தார்.

“காலையில ஏர்பொழுதுக்குப் போனா ஆள பிடிச்சிருலாமா” என்று முருகேசன் கேட்டார். பிரகாஷிற்கும் அதுதான் சரியென மனதில் பட்டது. பெரியாற்றைக் கடந்துதான் ஓலைப்பட்டிக்குப் போகவேண்டும். ஆற்றில் குளித்துக்கொள்ளலாமென முடிவு செய்து மாற்று உடையுடன் வந்திருந்தார்கள்.

“சிமிழ் எவனாவது உள்ள நுழஞ்சு தட்டி உருக்கி சிட்டயப் போட்டிருந்தான்னா” என்று முருகேசன் சந்தேகமாகக் கேட்டார். சகலை விபரமாகப் பேசுகிறார் என்று பிரகாஷ் நிமிர்ந்து அமர்ந்துகொண்டார்.

“ஏங்கட சிகில் தெரியாதா. அப்பறம் அம்பது வருஷம் கடை வெச்சு என்ன மயித்தப் புடுங்குனேன்.”

“மருமகப்பிள்ளைக முன்னாடி பேசுற பேச்சா இது. செட்டி யாருன்ன பேச்சில ஜரிக வேணாம். கட்டுறதில, உடுத்துறதில, உண்ணுறதில இருந்து என்ன பிரயோஜனம்” அடுப்பறையிலிருந்து நீலமணி கோபத்துடன் குரல் கொடுத்ததும் சர்க்கரைச் செட்டியார் அமைதியானார். அடுப்பில் காரக்குழம்பு கொதித்தது.

சர்க்கரை செட்டியார் நிதானத்துக்கு வந்தார். ‘மயித்தப்

புடுங்குனேன்' என்கிற வார்த்தை சாதாரணமாக அவரிடமிருந்து வருவதுதான். இது அனைவருக்கும் தெரிந்த விஷயம். ஆச்சிக்கும் தெரியும். பிறகு எதற்காகக் கோபப்படுகிறாள் என்று வருத்தமானார்.

"சிமிழ் எவ மேலயாவது உங்களுக்கு சந்தேகமா இருக்கா மாமா" என்று பிரகாஷ் கேட்டார்.

இந்தக் கேள்வியை எதிர்பார்த்திருந்தார் செட்டியார். அப்படியெதுவும் இல்லை. அந்தளவிற்கு அவர் வியாபாரத்தில் கடுசாக நடந்துகொள்வதில்லை. இரண்டு தினங்களுக்கு முன்பாகக்கூட ஹாலண்ட் டபுள் கட்டிங் வெள்ளைக் கற்கள் வாங்க வந்த பட்டறை ஆசாரி கையோடு கிராக்கியையும் அழைத்து வந்திருந்தான். கிராக்கியை அழைத்து வந்தால் பத்துமண் தரவேண்டும். ஆசாரி கடைக்குள் நுழைந்ததும், "செட்டியாரே நல்ல கல்லா வேணும். அம்பதுகாசு ஒருரூபா கூட இருந்தாலும் பரவாயில்ல" என்று சொன்னதும் அவருக்கு பத்துமண் எவ்வளவு தரவேண்டும் என்று புரிந்துவிட்டது. ஆசாரி பொட்டலத்தைப் பிரித்தார். மாங்காய் மடக்கு நெக்லஸ் ஒன்றும் ரிப்பன் முடிச்சு டாலர் ஒன்றும் கஜலெட்சுமி டாலர் ஒன்றுமாக இருந்தது. ஐநூறு கற்களுக்குக் குறையாது. அனைத்தும் வெள்ளை நிறம். பத்துமண் தரமுடியாது என்று சொல்லிவிட்டால் அப்படியே பொட்டலத்தை மடக்கி வைத்து எதிர்த்த கடைக்குப் போய்விடுவான். ஆவணிவீதியில் கடையா இல்லை அவனுக்கு. "சரி சரி முதல்ல ஒக்காருங்க. அம்பது காசு ஒருரூபா குறைச்சே தர்றேன் முதல்ல ஒக்காருங்க" என்றார். ஆசாரி அதுவரை பொட்டலத்தைப் பிரிப்பதும் மடக்குவதுமாக இருந்தார். உம்சத்துக்குக் கல் எடுத்து முடித்து கணக்கெழுதிப் பணத்தை வாங்கும்வரை அவர்களின் போங்குக்கு விட்டுவிட்டார். ஆசாரி கிராக்கியை அழைத்துச் சென்று, உட்கார்ந்த இடத்தின் சூடு தனிவதற்குள் அவர் பட்டறையிலிருந்து பையன் வந்து நின்றான். தனியாகச் சுருட்டி வைத்திருந்த பணத்தை அவனிடம் கொடுத்தார். அப்படிப்பட்டவருக்கு எந்தச் சிமிழ் பகையாக இருக்கப்போகிறார்.

"அப்படியெல்லாம் எதுவுமில்ல மாப்பிள மோதிரத்த வாங்கிட்டுப் போனவன் வெச்சுட்டிருக்கான். அவங்கிட்ட மோதிரம் இருக்கு. எதுக்குத் தராம இருக்கான்னுதான் தெரியல. கல்லு அவ்வளவும் 'வானா' மாப்ளே" என்று சொன்னார். முருகேசனுக்கும் பிரகாஷுக்கும் அவர் மேல் கோபம் வந்தது. ஆனால் அதை வெளியே காட்டிக்கொள்ளவில்லை.

கண்ணபிரான் பால் ஊற்றுவதற்காக வாசலில் நின்றான். அவனுக்காகக் காத்திருந்த பொம்மி அவனை அழைத்துக் கொண்டு, கொல்லை சென்றாள். அவன், அவளுடன் பேசிக்கொண்டு வாழையை அறுத்துக் கொடுத்தான். வேறு வேலையெதுவும் அவனுக்கு இல்லை. அவனை அழைத்து வைத்துச் சிறிது நேரம் பேச வேண்டும். இல்லையென்றால் பொம்மிக்கு உறக்கம் வராது என்று ஆச்சியம்மாவுக்குத் தெரியும். அவளும் அவர்களின் பேச்சைக் கேட்காதவள் போல அடுப்பறையில் நின்றுகொண்டாள். நீலமணிக்கு வீட்டிற்கு வந்தவர்களுக்கு மனம் குளிரச் செய்ய வேண்டும். வயிறு நிறைய உண்ணச் செய்து அனுப்ப வேண்டும் என்பதைத் தவிர வேறு எதுவும் தெரியாது.

பொம்மியும் அவனும் வாழைஇலையோடு வந்தார்கள். கண்ணபிரான் ஊற்றிய பாலை அப்படியே அடுப்பில் சூடேற்றக்கூடாது என்பதற்காக பெயருக்கு நீரை விட்டுக் காய்ச்சினாள். ஆச்சியம்மா ஆசையாக காப்பி போட்டாள். பொடி மிக்சரும் உளுந்தம் வடையும் தட்டில் வைத்து நடைக்கு வந்தாள். மேஜையில் வைத்து, "சாப்புடுங்க தம்பி" என்று இருவரிடமும் சொன்னாள். அதோடு அவள் விடமாட்டாள் என்பது செட்டியாருக்குத் தெரியும். நிலையருகே நின்றுகொண்டாள். முரளியைப் பார்த்து, "சாப்புடுய்யா" என்றாள். காப்பியின் வாசமும் பொடி மிக்சரின் வாசமும் அந்த இடத்தை மாற்றியது. முருகேசனும் பிரகாஷும் பெண் பார்க்க வந்ததிலிருந்து திருமணம் முடிந்து மறுவீடு வந்து சென்றது முடிய கண் மூடித் திறப்பதற்குள் நினைத்துப் பார்த்துவிட்டு, மீண்டு வந்தார்கள்.

காப்பி சாப்பிட்டு முடித்ததும், “காலையில மூணு மணிக்கெல்லாம் கெளம்பிருவோம்” என்று முருகேசன் சொன்னார்.

“ராத்திரி பன்னெண்டு மணிக்குக் கிளம்புவோம். விடியுறதுக்கு முந்தி அவன் வீட்டு முன்னாடி நிப்போம். அப்பத்தான் அவனைப் பிடிக்க முடியும்” என்று பிரகாஷ் சொன்னதும் அவர்கள் சரி என்றனர்.

பொம்மி எட்டு மணிக்கு நறுக்கிய இலையைக் கழுவினாள். ஜமுக்காளத்தை விரித்து வரிசை போட்டாள். அவளுக்கும் நேரமாகிவிட்டது. விடியக்காலை ஆறுமணிக்கு வீட்டை விட்டு வந்தவள். இங்கிருந்து நடந்து தெற்குவாசலுக்குப் போய் அங்கிருந்து பஸ்ஸேறி அவள் வீட்டுக்குப் போக வேண்டும்.

“இப்பத்தான் வடை காப்பி சாப்பிட்டோம் அதுங்குள்ள” என்று ஏதாவது பேச வேண்டுமென்று முருகேசன் பேசினார். அவருக்கு உளுந்தவடை சாப்பிட்டது இப்போதுதான் ஏப்பம் வந்தது. ஜமுக்காளத்தில் உட்கார்ந்து கொண்டார். அவர்கள் அடைதோசை சாப்பிட்டார்கள். அடைமாவை பொம்மியும் நீலமணியும் சுட்டுச்சுட்டு எடுத்து அடுக்கினார்கள். காரக்குழம்பு முருகேசனுக்கும் தேங்காய்ச் சட்டினி பிரகாஷுக்கும் சேர்மானத்திற்குப் பிடிக்கும்.

“சகலை நிதானமா சாப்புடுங்க.”

“அவசரமில்ல சகல பொறுத்து சாப்பிடுங்க” என்று அவர்கள் இருவரும் ஒருவருக்கு ஒருவர் சொல்லிக்கொண்டனர். அதற்குப் பிறகு அவர்கள் பேசிக்கொள்ளவில்லை. சாப்பிட்டு முடிகிற வரை அவர்களிடமிருந்து எந்தச் சத்தமும் வரவில்லை. மின்விசிறி ஓடுகிற சத்தமும் அடுப்பில் தோசை மாவு ஊற்றுகிற சத்தமும் கேட்டது. ராத்திரி சாப்பாட்டுக்குப் பிறகு அவர்கள் சிறிது நேரம் வாசலில் அமர்ந்திருந்தனர். பஜாரில் கடைகள் ஒவ்வொன்றாக அடைத்தனர். விளக்குகள் அணையத் தொடங்கின. அவர்கள் வீட்டிற்குள் வந்தார்கள். படுக்கை விரித்துத் தயாராக இருந்தது. உறங்கினார்கள். நடுராத்திரிக்கு மேல் எழுந்து முகங்கழுவிக் கொண்டு புறப்பட்டார்கள். ஆச்சி,

செட்டியாரிடம் மெதுவாகச் சொன்னாள், “மருமகப்பிள்ளைக வயித்த வத்தப்போட்டு வந்திருராதிக. நல்ல தெம்பா ஆகாரம் கொடுத்துக் கூட்டியாங்க” என்றாள்.

சர்க்கரை செட்டியார் டூவீலர் வண்டியோட்டுவார். நான்கு பேரில் முதல் ஆளாக வண்டியை ஓட்டிச் சென்றார். மருமக்கமார்களும் பேரனும் அவருக்குப் பின்னால் சென்றார்கள். விடிவதற்கு முன்பே ஓலைப்பட்டிக்குச் சென்றனர். இதற்கு முன்பு செட்டியார் இந்தப் பக்கம் வந்ததில்லை. செட்டியார், ஊருக்குள் நுழைந்ததும் திறந்திருந்த டீக்கடையின் முன்னால் வண்டியை நிறுத்தினார். இன்னமும் பிரகாஷும் முருகேசனும் முரளியும் அந்த இடத்திற்கு வரவில்லை. சற்றுத் தள்ளி வந்து கொண்டிருந்தார்கள். மாங்காய் முருகன் வீடு எது என்று விசாரித்தார். டீக்கடைக்காரர் சொன்னார்.

சர்க்கரை செட்டியார் டீக்கடைக்காரர் சொன்ன அடையாளத்தை வைத்து ஊருக்குள் சென்றார். அந்தத் தெருவுக்குச் சென்றார். அவர் பின்னால் மற்றவர்களும் சென்றார்கள். வண்டிச் சத்தம் கேட்டதும் பஞ்சாரத்திலிருந்த கோழிகள் கொக்கரக் கொக்கரக் என்று ஓசையெழுப்பியது. பிரகாஷ் வண்டியை நிறுத்திவிட்டு நடந்தார். முரளி, மாடுகள் கட்டியிருந்த வீட்டிற்கு முன்னால் வண்டியை நிறுத்தினான். சர்க்கரை செட்டியார் இருட்டில் எந்த வீடு என்று வண்டியின் விளக்கு வெளிச்சத்தில் அடையாளம் பார்த்தார். வீட்டிற்கு முன்னால் வண்டியை நிறுத்தினார். அவசரமில்லாமல் இறங்கினார். முரளியும் பிரகாஷும் தள்ளி நின்று கொண்டார்கள். செட்டியாருடன் முருகேசன் நின்றிருந்தார்.

அவர்களிடம் எந்தத் திட்டமும் இல்லை. அவனிடமிருந்து உருப்படியை வாங்க வேண்டுமென்கிற ஆத்திரம் மட்டும் இருந்தது. ஆளைப் பார்த்துவிட்டால் போதும். தூக்கிக்கொண்டுபோய் கடையில் உட்கார வைத்துவிடலாமென்கிற வேகம் முருகேசனிடம் இருந்தது. அதை வெளிக்காட்டவில்லை. சாதா கல் மோதிரம் என்றுதான் முதலில் நினைத்திருந்தார். ஆனால் வானா மோதிரம் என்று தெரிந்ததும் விடக்கூடாது,

ஆளைப்பிடித்துக் கட்டித் தூக்கி வந்துவிடவேண்டுமென்று நினைத்தார். முரளி யாருக்கும் தெரியாமல் சின்ன மடக்குக் கத்தியை பேண்ட் பாக்கெட்டில் வைத்திருந்தான். தாத்தாவை ஏமாற்றியவனை ஒரு குத்தாவது, தொடையில் குத்த வேண்டுமென்பது அவனுடைய திட்டமாக இருந்தது.

“பேரைச் சொல்லிக்கூப்பிடுங்க மாமா”

“உங்க பேருதான் மாப்பிள”

“முருகேசனா”

“இல்ல”

“முருகனா”

சர்க்கரை செட்டியார் ஆமாம் என்று தலையாட்டியதும் அவர் சத்தமாக ‘முருகா முருகா’ என்று அழைத்தார்.

“மாங்கான்னு முன்னாடி சேத்துக்குங்க அப்பத்தான் அவனுக்குக் காது கேட்கும்”

“மாங்கா முருகா மாங்கா முருகா”

வீட்டின் கதவு திறந்தது. மாடாக்குழியில் சிம்னி விளக்கு எரிந்துகொண்டிருப்பது தெரிந்தது. அந்த வெளிச்சத்தில் வீட்டிற்குள்ளிருப்பதை அவரால் பார்க்க முடிந்தது. பாயில் மூன்று குழந்தைகள் உறங்கிக்கொண்டிருந்தனர். வேறு யாருமில்லை. இன்னொரு அறையில் உரமூடைகளும் கூடைகளும் சாக்குப்பைகளும் இருப்பது தெரிந்தது. வீட்டிற்குள்ளிருந்து நடுவயதுப் பெண் எட்டிப் பார்த்தாள். அவள் நிறைமாதமாக இருந்தாள். செட்டியார் அவளைப் பார்த்தார். இரண்டு தினங்களுக்குள் பிரசவமாகிவிடுமென்று தெரிந்தது. அவர் கேட்பதற்கு முன்பே அப்பெண், “அவங்க இப்பத்தான் தோட்டத்துக்குப் போனாங்க” என்று சொன்னாள்.

“எந்தத் தோட்டத்துக்கு எப்படிப் போகணும்” என்று முருகேசன் கேட்டார்.

அவள், “மேலவளசத் தோட்டம். நீங்க வந்த பாதையில போய்

இடதுபக்கமா திரும்புங்க. நேரா மேலவளசுக்குத்தான் போகும்" என்றாள். அவள் சொல்லியதும் அவர்கள் வண்டியை எடுத்துக் கொண்டு ஊரை விட்டு வந்தார்கள். விடியத்தொடங்கியது. பிரகாஷிற்குக் குளிக்கலாம் என்கிற யோசனை வந்தது. ஆற்றுப்பாதையில் வண்டியை ஓட்டிக்கொண்டுச் சென்றனர். சர்க்கரை செட்டியாருக்கு நேரமாக நேரமாக நெஞ்சு பதறியது.

2

முருகேசன், பெரியாற்றில் குளித்துவிட்டு கரையேறிய போது சர்க்கரை செட்டியார் தலைதுவட்டிக் கொண்டிருந்தார். "அந்தக் காலத்தில வானத்திலயிருந்து பூமிக்கு ஆத்து வழியாத்தான் சாமிக வந்து போயிருக்காங்க. நமக்கு பஸ் ரூட் மாதிரி அவங்களுக்கு ஆத்துப் பாதை" என்று செட்டியார் முரளியிடம் சொன்னார். தூரத்தில் ஆற்றின் மேல் நின்றிருந்த இளஞ்சிவப்புச் சூரியவட்டம் இப்போது மேலேறி வானத்தில் தெரிந்தது. புதுப்பாலத்தின் மேல் ஒன்றுக்குப் பின் ஒன்றாக இரண்டு பேருந்துகள் சென்றதை சர்க்கரை திரும்பிப் பார்த்தார். வெளிச்சம் வர வர அவருக்கு பதற்றம் கூடுவதுத் தெரிந்தது. வீட்டிலிருந்துப் புறப்படும் போதிருந்த தைரியம் இப்போது இல்லையென்பதை முரளி புரிந்து கொண்டான்.

முருகேசன் ஆற்றைப் பார்த்தார். செம்மண் கலந்து ஓடியது பெரியாறு. மினி வேணைக் கழுவிக் கொண்டிருந்தார்கள். சற்று முன்பாக கழுவி கரையேறியிருந்த ஆட்டோவுக்கு சந்தனம் வைத்து மாலை போட்டு அலங்காரம் செய்தார்கள். ஆழமில்லா இடத்திலிருந்த கருங்கல்லில் பெண்கள் துணி வெளுக்கிறார்கள். மறுகரையில் வேட்டியைத் தூக்கிக்கொண்டு இறங்கிய இரண்டு பெரியவர்கள் சலப்பு சலப்பு என்று சத்தம் வர, கழுவி எழுந்தார்கள். அவருக்குச் சிரிப்பு வந்தது.

முரளி தன்னுடைய டூவீலருக்குப் பக்கத்தில் நின்றான். தலையைத் துவட்டிவிட்டு பனியன் போட்டிருந்தான். அவர்கள் நான்குபேரும் தனித்தனியாக டூவீலரில் வந்திருந்தார்கள். பிரகாஷ்

கட்டியிருந்தத் துண்டைக் கழற்றிப் பிழிந்தார். ஒடுங்கியிருந்த வயிற்றின் நடுவே கோடுபோல மயிர் அடர்ந்திருந்தது. முதுகில் துளித்துளியாக நீர்த்துளிகள் வெயிலுக்கு பளிச்சென்றிருந்தன. முருகேசன், மாமனார் முன்பாக மாற்று வேட்டிக் கட்டிக்கொள்ளக்கூடாது என்று மறைவுக்குச் சென்றார். முரளி அப்பாவுக்குப் பின்னால் சென்றான். ஆற்றங்கரையில் நாணல் செடிகளுக்கு பஞ்சமில்லை. கால்களை கூசிக்கூசி வைக்க வேண்டும். புல்தரையில் நின்று கால்களில் ஒட்டியிருந்த மணலை தட்டிவிட்டார். முருகேசன் நாணல் தட்டைகளுக்குப் பின்னால் நின்று வேட்டியைக் கட்டிக் கொண்டதும், முரளி ஈரத்துண்டை வாங்கிப் பிழிந்தான். டூவிலரின் இருக்கையில் காயப்போட்டான்.

பிரகாஷ் டூவீலர் கண்ணாடியில் முகத்தைப் பார்த்தார். அவருடைய கண்கள் சிவந்திருந்தன. ஆற்றில் முங்கிக் குளித்தவர் அவர் மட்டுந்தான். பனியில் முருகேசனுக்கு கை கால்கள் நடுங்கியது. முரளிக்கு நீச்சல் தெரியாது. சர்க்கரை குளிக்க வேண்டுமென்பதற்காகக் குளித்தார்.

“ரொம்ப நாளா இங்க வந்து குளிக்கணுமின்னு ஆசை சகல. மாங்கா முருகன் மூலமா நடந்திருச்சு” என்று பிரகாஷ் சிரித்துக் கொண்டுச் சொன்னார். அவருடைய கண்கள் இன்னமும் சிவந்திருந்தன.

முருகேசன், வேட்டியைக் கட்டிக்கொண்டு நாணல் புதரை விளக்கிவிட்டு வெளியே வந்தார். “இங்கிருந்து மேலவளசுத் தோப்புக்கு எவ்வளவு தூரம்” என்று கேட்டார். “நானும் உங்கள மாதிரிதான். இதுக்கு முன்னாடி இங்க வந்ததில்ல” என்று சொன்னார்.

சர்க்கரை செட்டியார் கைகளை உயர்த்தி சூரியனைப் பார்த்து வணங்கினார். கடவுளே எனக்கெதுக்கு இந்த சோதனை. இந்த ஒருதடவ காப்பாத்தி விட்டுருப்பா சாமி. கையெடுத்துக் கும்புட்டுக் கேக்றேன். என்ன சோதிக்காதப்பா என்று மனதில் வேண்டிக்கொண்டார். கண்களைத் திறந்தார். வாகனத்தை நிறுத்தி வைத்திருக்கும் இடத்திற்கு வந்தார்.

“மாமா புறப்படுவோம்”

“வாங்க போவோம். ஆளை இன்னக்கி எப்படியாவது பிடிச்சிறணும் மாப்ள”

“சரி வாங்க”

அவர்கள் நான்குபேரும் வண்டியை ஓட்டிச் சென்றனர். ஆற்றுப்பாலத்திலிருந்து மெயின் ரோட்டுக்கு வந்தனர். அந்த பாதையில் நூறு அடிக்கு மேல் சென்றதும் இடதுபுறத்தில் குறுக்காக விலகி வளைந்து சென்ற பாதையில் சென்றனர். செட்டியாருக்கு வருத்தம். குளிக்காமல் இருந்தால் இந்நேரம் முருகனைப் பிடித்திருக்கலாம். ஆற்றில் குளிக்கிறேன் என்று, இரண்டு மூன்று மணி நேரம் தாமதப்படுத்திவிட்டார்கள். தாங்கள் வருகிற தகவல் அறிந்து முருகன் தங்களை ஏமாற்றினாலும் ஏமாற்றிவிடலாமென்று வருத்தப்பட்டார். மாப்பிள்ளைகள் இருவரின் போங்குக்கு விட்டுப்பிடிக்க வேண்டும் என்று பக்குவமாக வண்டியை ஓட்டிச் சென்றார்.

பாதையின் இருபுறமும் தென்னந்தோப்பும் குளிர்ந்த காற்றும் நிறைந்திருந்தது. வெளிச்சமில்லை. தோப்பில் மருந்தடிக்கிற மிஷின் சத்தம் கேட்டது. புகையும் கசப்பு வாடையும் பாதையில் செல்லச் செல்ல அதிகமானது. முரளி வண்டியை நிறுத்திவிட்டு, கைக்குட்டையில் முகத்தில் கட்டிக்கொண்டான். அவனைப்போல பிரகாஷும் கட்டிக்கொண்டார். முருகேசன் வேகமாக ஓட்டிச் சென்று அந்த இடத்தைக் கடந்து விடவேண்டுமென்று புகைக்குள் நுழைந்தார். முரளி, “மெதுவா போங்கப்பா” என்று குரல் கொடுத்ததை அவர் பொருட்படுத்தவில்லை. இரண்டு கிலோ மீட்டர் தொலைவு வரையிலும் புகையிருந்தது.

அதற்குப் பிறகு தென்னந்தோப்பு தென்படவில்லை. பாதை வெளிச்சமாக இருந்தது. சர்க்கரை செட்டியாருக்குக் கண்கள் கூசின. சிறிது நேரத்தில் தார்ச்சாலை முடிந்து, செம்மண்ணாலான பாதை தொடங்கியது. மரங்களிலிருந்து ஒடிந்து விழுந்த கிளைகளையும் கொப்புகளையும் பாதையோரத்தில் பார்க்க

முடிந்தது. அது மேடும் பள்ளமுமான பாதை. மழைக்காலத்தில் வெள்ளம் வடிந்து போகும் தடம் போலத் தோன்றியது. ஓடையைப் போலப் பாதை குறுகிச் சென்றது. சற்றுத் தொலைவில் மலை தெரிந்தது.

அப்பாதை நேராகச் சென்று திரும்பி நின்றது. அங்கு சரளைக்கற்கள் குமிந்துகிடந்தன. அதற்குப் பிறகு பாதை இல்லை. அவர்கள் வண்டியின் வேகத்தைக் குறைத்துக் கொண்டனர். குமிந்து கிடந்த சரளைக்கற்களின் மேல் வண்டியை மெதுவாக ஓட்டிச் சென்றனர். கற்கள் ஒன்றுடன் ஒன்று மோதிக்கொள்ளும் சத்தம் கேட்டது. அடிவாரத்தை நெருங்கியதும் வண்டியை நிறுத்தினார்கள். அந்த இடம் முழுக்க மழை நீர் ஓடிய தடத்தோடு ஈரம் காய்ந்து மினுமினுவென்றிருந்தது. இரண்டு குடிசை வீடுகள் அங்கிருந்தன. அவர்களைப் பார்த்ததும் நாய் குரைத்தது. சத்தம் கேட்டு கிழவனும் கிழவியும் குடிசை வீட்டிலிருந்து எட்டிப் பார்த்தார்கள். யாரு என்று இரண்டு பேரும் தனித்தனியாகக் கேட்டார்கள்.

“மாங்கா முருகனத் தேடி வந்துருக்கோம்” என்று முருகேசன் சத்தமாகச் சொன்னார். பெயரைக் கேட்டதும் கிழவி வாசலை விட்டு முன்னால் வந்து நின்றாள். அவளைத் தொடர்ந்து கிழவனும் வந்தார். அவரது கையில் நீளமான பிளாஸ்டிக் தம்ளர் இருந்தது. அவரது இரண்டு கைகளும் நடுங்கியதை செட்டியார் கவனித்தார். கிழவன், “நீங்க யாரு எங்கிருந்து வர்றீங்க” என்று கேட்டார். அவரது பேச்சுச் சத்தத்தைக் கேட்டதும் மண் தரையில் முளைக்குச்சி அடித்து அதில் கட்டியிருந்த நாய், துள்ளியபடி முன்னங்கால்களைத் தூக்கி நின்றது. சன்னமாகக் குரைத்துவிட்டு கால்களை மடக்கி வைத்து அமர்ந்தது.

“ஒரு ஜோலியா மருதயில இருந்து வர்றோம்” என்று செட்டியார் சொன்னார். அந்த இடத்தில் காற்று வீசும் சத்தம் உர் உர்ரெனத் கேட்டது. மரங்கள் செடிகள் கட்டடங்கள் என்று எதுவுமில்லாத இடத்தில் காற்றின் சத்தத்தைக் கேட்ட முரளிக்கு, பயத்தைக் கொடுத்தது. அவன் அந்த இடத்தைச் சுற்றிச்சுற்றிப் பார்த்தான்.

“வாங்க வந்து இங்க வந்து ஒக்காருங்க” என்றார்.

அவர்கள் நான்கு பேரும் வண்டியை நிறுத்திவிட்டு நடந்தார்கள். குடிசைக்கு முன்னால் குத்துக்கல் இருந்தது. அதில் அமர்ந்து கொண்டார்கள்.

“மாங்கா முருகன் வந்தானா. எங்கிருக்கான்” என்று அவர் பொறுமையில்லாமல் கேட்டார்.

“ஓலைப்பெட்டி முருகனா”

“ஆமா அவனத்தான் தேடிட்டு வர்றோம்” என்று பிரகாஷ் சலிப்புடன் சொன்னார்.

“என்ன ஜோலி, மருந்தடிக்கணுமா. எந்தத் தோட்டத்துக்கு” என்று கிழவன் கேட்டதும் செட்டியார், “தோட்டத்துக்கு இல்ல. வீட்டுல அடிக்கணும். கொல்லையில வாழமரத்துக்கும் கொய்யா மரத்துக்கும் மாங்கா மரத்துக்கும் அடிக்கணும். கொஞ்ச கைவேலை இருக்கு. வழக்கமா வர்றவன். அதான் தேடி வந்தோம்” என்று சொன்னார்.

“அம்புட்டு தொலவெட்டில இருந்தா வர்றீங்க. அங்ஙனகுள்ள ஆளக யாரும் கிடைக்கலயாப்பா” என்று கிழவி ஆச்சரியமாகக் கேட்டாள்.

“ஓலைப்பெட்டிக்காரன் வர்ற நேரந்தான். காலையில வந்துருக்கீங்க கடுங்காப்பி சாப்புடுங்க” என்று கிழவன் சொன்னார்.

“அதெல்லாம் வேணாம்”

“அப்படி சொல்லாதய மொத மொத வந்திருக்கீங்க, ஒத்தவாய் சுடுகாப்பி கொடுக்கறதில என்ன குறையப் போகுது எனக்கு. அடுப்புமேட்டில இருக்கு. சூடா தர்றேன்” என்று கிழவி குடிசைக்குள் சென்றாள்.

“முருகன் வந்துருவானா” என்று செட்டியார் மெதுவாகக் கேட்டார்.

“வந்துருவான். இங்கிருந்துதானே தோட்டத்துக்குப் போகணும்”

என்று கிழவர் சொன்னார்.

சற்றுநேரத்தில் காக்கிச் சட்டையுடுத்திய காவல்காரர்கள் சைக்கிளில் வந்தார்கள். அவர்கள் சைக்கிளை விட்டு இறங்கி குடிசையை நோக்கி வந்தார்கள். மண் தரையில் அமர்ந்து கொண்டு வயிற்றில் சொருகி வைத்திருந்த வெற்றிலைப் பையை எடுத்து வைத்தார்கள். கிழவன், "காப்பிய ரெண்டு தம்ளர் எச்சா கொண்டாத்தா. காவக்காரங்க வந்துட்டாங்க" என்றார். கிழவி பிளாஸ்டிக் தம்ளர்களில் காப்பி கொண்டு வந்தாள். அவர்கள் வாங்கிக் கொண்டார்கள். காவல்காரர்கள் காப்பியைக் குடித்து முடித்து வெற்றிலை போட ஆரம்பித்தனர்.

"இவங்கெல்லாம் யாரு" என்று காவற்காரர்களில் ஒருவர் கேட்டார்.

"மருத செட்டியாரு. நம்ம ஓலப்பெட்டி முருகன தேடி வந்துருக்காங்க" என்றார்.

"மாங்கா முருகனா" என்று காவல்காரர் கேட்டதும் செட்டியார் பதறிப்போய் ஆமாய்யா ஆமாய்யா என்று எழுந்து நின்றார்.

"அவனோட வண்டி பஞ்சர். மணல்பட்டி விலக்குல நின்னு மெக்கானிக்காரனுக்கு ஃபோன் போட்டுக்குட்டு இருந்தான். வந்துருவான்" என்று சொன்னதும் செட்டியாருக்கு சந்தோஷமாக இருந்தது. அப்பாடா பிடிச்சிடலாம் என்று மனதில் நினைத்துக் கொண்டார்.

"என்னா விசயமா தேடி வந்திருக்கீங்க. சும்மா சொல்லுங்க. இடங்கிடம் வாங்குறதுக்கா" என்று காவல்காரர் கேட்டார்.

"அதெல்லாம் இல்ல மருந்தடிக்கணும் அதுக்குத்தான்" என்று முருகேசன் சொன்னார்.

"மருந்தடிக்கறதுக்கு எதுக்கு இத்தன பேரு திரண்டு வரணும். சும்மா சொல்லுங்கப்பா" என்று காவல்காரர் பேசி முடிப்பதற்குள் மாங்காய் முருகன் டூவீலரில் வந்தான்.

"அதெல்லாம் ஒண்ணுமில்ல" என்று பிரகாஷ் அவர்களை முறைத்துப் பேசினார். அவருக்கு சலிப்பாகயிருந்தது.

“இந்தா வந்துட்டான் முருகன்” என்று காவல்காரர் சொன்னார். செட்டியார் திரும்பிப் பார்த்தார். வண்டியை ஓட்டிக்கொண்டு வந்தவன், நான்குபேரைப் பார்த்ததும் நிறுத்தினான்.

“இவரு இல்ல. அவன் ஒல்லியா வளத்தியா இருப்பான். ஆளு கொஞ்சம் கறுப்பு” என்று செட்டியார் சொன்னார். முருகேசனுக்கும் பிரகாஷிற்கும் ஏமாற்றமாக இருந்தது. முரளி தன் இடது காலை ஓங்கி மண் தரையில் எத்தினான். ஆங்கிலத்தில் ஏதோ ஆபாசமான வார்த்தையைச் சொன்னான். அதை அவர்கள் கவனிக்கவில்லை.

“இவரு யாரைண்ணே சொல்லுறாங்க” என்று மாங்காய் முருகன் கேட்டான்.

“மாங்கா முருகன்னு கேட்டாங்க. நாங்க உன்னையச் சொன்னோம். இப்ப உன்னையப் பாத்ததும் இல்லங்கிறாங்க. ஆள் மாறி வந்துட்டாங்க”

“ஓலைப்பட்டி முருகனான்னு கேட்டதுக்கு ஆமான்னு சொன்னீங்க. இவந்தான் ஓலைப்பெட்டி முருகன்” என்று கிழவர் சொன்னார்.

தன்னுடைய வீட்டுக்கு வரும் முருகன் இவன் இல்லையென்று தெரிந்ததும் செட்டியாருக்கு ஏமாற்றமாக இருந்தது. தன்னை அவன் ஏமாற்றிவிட்டான் என்கிற தவிப்பில் எதுவும் பேசாமலிருந்தார். கொல்லையில் கைவேலைக்கு வரும் போது தனக்குச் சொந்த ஊர் ஓலைப்பெட்டி என்று அவரிடம் சொல்லியிருக்கிறான். அதை வைத்துதான் இந்த ஊருக்கு அவனைத் தேடி வந்தார். ஊருக்கு வந்து மாங்கா முருகன்னு கேட்டா, சின்னப்புள்ள கூட வீட்டுக்கு முன்னாடி நிறுத்திட்டுப் போயிருவாங்கன்னு சிரித்துக் கொண்டு சொன்னது பொய்யா என்று அவன் மேல் கோபமானார். ஓலைப்பெட்டியில் மாங்காய் முருகன் என்று ஒருவன்தான் இருக்கிறான், அதுவும் இவன் தான் என்று தெரிந்ததும் செட்டியாருக்கு என்ன செய்வது என்று புரியவில்லை.

செட்டியார், இனிமேற்பட்டு எதையும் மறைக்கக்கூடாது

என்று காவல்காரர்களிடம் விஷயத்தைச் சொன்னார். மருந்தடிக்க ஆளைத் தேடவில்லை, வாங்கிக்கொண்டு வந்த மோதிரத்தை வாங்கிக் கொண்டு போகத் தேடுகிறோம் என்று அவர் சொன்னதும் காவல்காரருக்கு அவர்கள் யாரைத் தேடி வந்திருக்கிறார்கள் என்று தெரிந்தது. அடையாளம் புரிந்தது.

“இதை முன்கூட்டியே சொல்லியிருக்கலாமுல்ல செட்டியாரே. பூவரசம்பட்டிக்காரனத் தேடி வந்துருக்காங்க” என்று காவல்காரர் கிழவரைப் பார்த்துச் சொன்னதும், செட்டியார் அவருடைய முகத்தைப் பார்த்தார்.

“ஓலைப்பெட்டின்னு சொல்லுறீங்க அப்புறம் பூவரசம்பட்டின்னு சொல்லுறீங்க” என்று பிரகாஷ் சலிப்பாகக் கேட்டார்.

அவர்கள் நான்குபேரும் குழப்பமாக நின்றிருப்பதைப் பார்த்துவிட்டு மற்றொரு காவல்காரர், “நீங்க என்ன நெனைக்கிறீங்கன்னு எனக்குப் புரியுது தம்பி. அவன் பெறந்து வளர்ந்ததெல்லாம் இந்த ஊர்தான். பூவரசம்பட்டிக்காரப் பிள்ளைய கல்யாணம் செஞ்சிக்கிட்டு அங்கன குடிபோயிட்டான். அவங்க அப்பா போன வியாழக்கிழம செத்துப் போனாரு. ரொம்ப நாளா படுத்திருந்தாரு. அழகருன்னு பேரு. நா சொல்லுறது சரிதானா” என்று கேட்டதும், செட்டியார் ஆமாம் என்பது போலத் தலையாட்டினார். “அப்ப நீங்க தேடி வந்தது அந்த முருகனைத்தான். நேரா பூவரசம்பட்டிக்குப் போங்க” என்றார்.

“சரியா சொல்லுங்கண்ணே எங்கள அலையவுடாதீங்க” என்று பிரகாஷ் திரும்பவும் காவல்காரரிடம் கோபமாகக் கேட்டார். காவல்காரர் பொறுமையாக வெற்றிலைச்சாறைத் துப்பிவிட்டு, “நீங்க சரியா கேட்டா நாங்க சரியா சொல்லுறோம். நீங்களே யாருன்னு தெரியாமல் இருக்கீங்க” என்று சொன்னார். அதைக் கேட்டதும் அவருக்கு மேலும் கோபம் கூடியது.

முருகேசன், சகலை கோபமாக இருக்கிறார் என்று தெரிந்ததும் அவரைச் சமாதானம் செய்யும் பொருட்டு அவர்களிடம் பூவரசம்பட்டிக்குப் போகும் பாதையைக் கேட்டார். “வந்த

வழியா திரும்பிப் போங்க. ஆத்துப்பாலம் வரும். அதுல ஏறி வடக்குப் பக்கம் திரும்புனா மணல்பட்டி. அங்கிருந்து சோத்தாங்கைப் பக்கமா திரும்புனா பூவரசம்பட்டி வரும். எல்லாம் பக்கத்துப் பக்கத்து ஊருதான். அங்க போய்க் கேளுங்க. ஓலைப்பெட்டி முருகன்னா சின்னப்புள்ள கூட வீட்டுக்கு முன்னாடி போய் நிறுத்திரும்" என்றார். செட்டியார் அந்தக் காவல்காரர் முகத்தைப் பார்த்தார். காவல்காரருக்கு அவரைப் பார்க்க பரிதாபமாக இருந்தது.

அவர்கள் நான்கு பேரும் வண்டியை எடுத்துக் கொண்டு வந்த வழியில் சென்றனர். பிரகாஷ் வண்டியை ஓட்டுவதற்கு விருப்பமில்லாதவர் போலிருந்தார். முருகேசன் கூப்பிட்டு பேசியதற்குக் காது கேட்காதவர் போலிருந்தார். அவருக்கு தாமதமாகிறது என்கிற கவலையை விட தேவையில்லாமல் அலைகிறோம் என்கிற எரிச்சல், அனைவரும் மீது கோபத்தை வரவழைத்தது.

3

முரளி அனைவருக்கும் முன்னால் சென்றான். பாதை மாறக்கூடாது என்பதற்காக முருகேசன் அவனை முன்னால் செல்லச் சொன்னார். காவல்காரர் சொல்லிய வழியை மனப்பாடமாக இரண்டு தடவை அவர்களுக்குச் சொல்லிக் காட்டினான். ஆற்றுப்பாலத்தைக் கடந்ததும் பாதை குறுகி ஒற்றைப்பாதையானது. ஒருபுறம் ஆறும் பாதையின் மறுபுறம் கரும்புத் தோட்டமுமாக இருந்தது. கரும்பு சோகை முதுகிலும் தோள்பட்டையிலும் உரசியது. பிரகாஷிற்கு அது வேதனையாக இருந்தது. இன்னமும் எவ்வளவு நேரம் வண்டியில் அலைவது என்று கோபமாக மனதிற்குத் திட்டிக்கொண்டார்.

முரளிக்குப் பின்னால் முருகேசனும் அவருக்குப் பின்னால் பிரகாஷும் கடைசியில் சர்க்கரை செட்டியாரும் வண்டியை ஓட்டிச் சென்றனர். வரிசையாக வண்டி நகர்ந்து செல்வதை ஓடும் ஆற்றில் பார்த்தபடி சென்றார் சர்க்கரை செட்டியார்.

கடைசியாக வண்டி ஓட்டிக்கொண் செல்வது, அவர் வேடிக்கை பார்ப்பதற்குச் சௌகரியமாக இருந்தது. நான்கு பக்கமும் திரும்பித் திரும்பி வேடிக்கை பார்த்துக் கொண்டு வந்தார். எதற்கெனத் தெரியவில்லை; ஆனால், சிறுகுழந்தையைப் போல அவருக்கு மனம் குதூகலமாகயிருந்தது. பாதையில் எதிரே எருமை மாடுகள் வரும்போது முரளி ஒதுங்குவதற்கு இடமில்லாமல் வண்டியை நிறுத்தினான். ஆற்றில் விழுந்துவிடுவோமென்று பயந்தான்.

அவர்களுக்கு முன்னால் அந்தப் பாதையில் பெண்கள் புல்கட்டைச் சுமந்து சென்று கொண்டிருந்தனர். அவர்களை கடந்துதான் செல்ல வேண்டும். பிரகாஷ் ஹாரன் அடித்தார். யாரும் பாதையை விட்டு ஒதுங்கிக்கொள்ளவில்லை. மீண்டும் மீண்டும் ஹாரன் அடித்தார். திரும்பிப் பார்த்த பெண், “பொறுத்துவாய்யா. இப்ப யாரைப் போய் அவசரமா முட்டப் போறா” என்று சொன்னதும் மற்ற பெண்கள் சிரித்தனர். பிரகாஷிற்கு எரிச்சலாக இருந்தது. அவர்களுக்குப் பின்னால் சிறிது தூரம் சென்றனர். வழியில் யாரும் பேசிக்கொள்ளவில்லை.

பூவரசம்பட்டியில் டீக்கடைக்கு முன்னால் அவர்கள் நான்குபேரும் வண்டியை நிறுத்தினார்கள். டீக்கடையின் மண் சுவரில் கண்ணீர் அஞ்சலி போஸ்டர்கள் ஒட்டியிருந்தார்கள். செட்டியார் வண்டியை விட்டு இறங்கியதும் போஸ்டரை வேடிக்கை பார்த்தார். அதில் மாங்காய் முருகனின் பெயர் இருக்கிறதா என்று தேடினார். பிரகாஷ் வண்டியிலிருந்து இறங்கி கடையை எட்டிப் பார்த்தார். முருகேசனும் சர்க்கரை செட்டியாரும் எதுவும் பேசாமல் நின்றிருந்தது அவருக்குக் கோபத்தை வரவழைத்தது. அவர் நான்கு பேருக்கும் டீ வாங்கினார்.

டீ குடித்து முடித்ததும் தம்ளர்களை மேஜை மேல் வைத்தனர். பிரகாஷ் பணம் கொடுத்தார். மீதிப் பணம் வாங்கும் போது, கடைக்காரரிடம் மாங்காய் முருகன் வீட்டை கேட்டார். அவரும் அடையாளம் சொன்னார். அவர்கள் வண்டியை எடுத்துக் கொண்டு புறப்பட்டார்கள். டீக்கடையைக் கடந்து

டிராக்டர் வண்டிகள் ஒன்றன் பின் ஒன்றாக மூன்று வண்டிகள் சென்றது. அதில் கரும்பு ஏற்றியிருந்தனர். கரும்புத் தட்டைகளின் மேல் பெண்கள் அமர்ந்திருந்தார்கள். அவர்கள் ஆண்களின் சட்டையுடுத்தியிருந்தது பிரகாஷிற்குப் புதிதாக இருந்தது. அவர்கள் நான்கு பேரும் அதற்குப் பின்னால் வண்டியை ஓட்டிக்கொண்டு சென்றனர். பெண்கள் தங்களுக்குப் பின்னால் வரும் நான்கு வண்டிகளைப் பார்ப்பதும் சிரிப்பதும் பேசுவதுமாக இருந்தனர்.

மணி ஒன்பது மணியைக் கடந்திருந்தது. பிரகாஷ் டீக்கடையில் இட்டிலியும் வடையும் சாப்பிட்டிருக்கலாமென்று நினைத்தார். ஆனால் அங்கு உட்கார்ந்து சாப்பிடுவதற்கு இடமில்லை. இதைவிட்டால் வேறெங்கும் சாப்பிடுவது என்கிற யோசனை அவருக்கு வந்தது. அவசரப்பட்டு டீகுடித்துவிட்டோமென்று வருந்தினார். டீகுடிக்காமலிருந்திருந்தால் செட்டியார், இட்டிலி சாப்பிடச் சொல்லி வாங்கிக் கொடுத்திருப்பார் என்ற எண்ணம் அப்போது வந்தது. அந்த எரிச்சலில் இரண்டு தடவை ஹாரன் அடித்தார். அவருக்கு முன்னால் சென்ற டிராக்டர் டிரைவர் எட்டிப் பார்த்து முறைத்தான். “பொறுய்யா முன்னால வண்டி போயிட்டு இருக்குதுல்ல” என்று சத்தம் போட்டான். பிரகாஷிற்குப் பொறுமையில்லை. திரும்பவும் ஹாரனை அழுத்தினார். “ஒதுங்கிப்போப்பா, எவ்வளவு நேரம் பின்னால வர்றது” என்று டிரைவரைத் திட்டினார். அவன் வண்டியை நிறுத்திவிட்டு, “முன்னால எல்லாம் போக முடியாது. இஷ்டமுன்னா பின்னால வா. அவசரமுன்னா சுத்திட்டு போ” என்று சொன்னான். பிரகாஷ் அவன் சொல்லியதைக் கேட்காமல் வேண்டுமென்றே டிராக்டரை முந்திக் கொண்டு வேகமாகச் சென்றார். டிராக்டரைத் தாண்டி அவரால் செல்ல முடியவில்லை. அகலமில்லாத சிறிய தெரு. திரும்பவும் ஹாரன் அடித்தார். டிரைவர் வண்டியை நிறுத்தி விட்டுக் கீழே இறங்கினான்.

“எரும மாடு மாதிரி வளர்ந்துருக்க அறிவில்லயா உனக்கு” என்று கைலி வேட்டியைத் தூக்கிக் கட்டிக்கொண்டு பிரகாஷைத் திட்டவும் அவருக்குக் கோபம் வந்தது. வண்டியை சைடு

ஸ்டாண்டு போட்டு நிறுத்திவிட்டு ஏதோ ஆத்திரத்தில் டிரைவரை ஓங்கி கன்னத்தில் அடித்தார். அடிவாங்கியவன் ஊருக்கு நடுவே தன்னை இத்தனை பேருக்கு முன்னால் அடித்ததும் ஆத்திரப்பட்டு டிராக்டரிலிருந்த கரும்பு தட்டையிலிருந்து ஒன்றை உருவி பிரகாஷை ஓங்கி அடித்தான். அடி முதுகிலும் முகத்திலும் விழுந்தது. அவன் அடிப்பதைப் பார்த்ததும் முன்னால் சென்ற வண்டிக்காரர்கள் வண்டியை நிறுத்திவிட்டு இறங்கி வந்தார்கள். சித்தப்பாவை அடிப்பதைப் பார்த்ததும் முரளி வண்டியை நிறுத்திவிட்டு வேகமாக ஓடிச்சென்றான். ஏய் ஏய் என்று முருகேசன் குரல் கொடுத்தார். அடிவாங்கிய பிரகாஷ் டிராக்டர் வண்டியிலிருந்து தானும் தட்டையை உருவியெடுக்க வேண்டுமென்கிற வேகத்தில்தான் இருந்தாரே தவிர அவன் அடிப்பதைத் தடுக்கவோ, இல்லை தப்பிக்கவோ முயற்சிக்கவில்லை.

ஊர்க்காரர்கள் கூடிவிட்டார்கள். டீக்கடையிலிருந்தவர்கள் கடையின் முன்னால் நின்று வேடிக்கை பார்த்தார்கள். சண்டையை விலக்கிவிடுவதற்காக செட்டியார் வண்டியிலிருந்து இறங்கினார். அதற்குள் மற்ற டிராக்டர்காரர்கள் முருகேசனையும் ஓடிவந்த முரளியையும் பிடித்து அடிக்க ஆரம்பித்தார்கள். என்ன ஏது என்று அவர்கள் விசாரிக்கவில்லை. முருகேசனுக்கு கன்னத்தில் அடி விழுந்தது. முரளி, அப்பாவை அடிப்பதைப் பார்த்ததும் கோபத்தில் பாக்கெட்டில் வைத்திருந்த மடக்குக் கத்தியை எடுத்து டிரைவரைத் தொடையில் குத்தினான். ரத்தம் வந்தது. வலி பொறுக்காமல் அவன் கத்தியதைக் கேட்டதும், வேடிக்கை பார்த்தவர்களில் ஒருவன், “வெளியூர்க்காரன் எவனோ மேக்குத்தெரு சண்முகத்தைக் கத்தியால குத்திட்டான்” என்று சத்தம் போட்டான்.

பிரகாஷை அடித்துக்கொண்டிருந்தவன் தட்டையைப் போட்டுவிட்டு, கத்திக் குத்து வாங்கியவனின் அருகில் சென்றான். பிரகாஷ் தரையில் கிடந்த கரும்புத் தட்டையை எடுத்துத் தன்னை அடித்தவனின் முதுகில் ஓங்கி அடித்தான். தட்டை இரண்டாக ஒடிந்தது. அடிவாங்கியவன் வலி பொறுக்காமல் கத்தினான். மேலும் பிரகாஷ் அவனை அடித்தார். பிய்ந்த

கரும்புத் தட்டை மேலும் பிய்ந்து நார் நாராகத் தரையில் விழுந்தது. அதற்குள் மற்ற டிரைவர்கள் வந்து அவரைப் பிடித்துக்கொண்டனர்.

சர்க்கரை செட்டியார் வேட்டியைத் தூக்கிக் கட்டிக்கொண்டு ஓடி வந்தார். யாரைப் பிடிப்பது யாரை விலக்குவது என்று அவருக்குத் தெரியவில்லை. எதற்கு சண்டை போடுகிறார்களென அவருக்குத் தெரியவில்லை. கூட்டத்தில் யாராவது தனக்குத் தெரிந்தவர்கள் இருக்கிறார்களாவென சுற்றிமுற்றிப் பார்த்தார். யாருமில்லையெனத் தெரிந்ததும் முதலில் முருகேசனை அடித்துக் கொண்டிருந்தவர்களிடமிருந்து அவரை விலக்க முயன்றார். அவருக்கும் அடி விழுந்தது. தங்களது கண் முன்பாக செட்டியாரை அடித்ததைப் பார்த்ததும் பிரகாஷும் முருகேசனும் அவர்களை அசிங்க அசிங்கமாகத் திட்டினார்கள். அவர்களால் அப்போது அதைத்தான் செய்ய முடிந்தது. ஐந்து பேருக்கும் மேலாக அவர்களை இறுக்கிப் பிடித்து நிறுத்தியிருந்தனர். முரளியின் கையில் கத்தியிருந்ததால் அவனைப் பிடிப்பதற்கு அங்கிருந்தவர்கள் யோசித்தனர். அவனை ஊர்க்காரர்களில் சிலர் வளைத்து நின்றனர். அவன் கத்தியைக் கீழே போடவில்லை. கத்தியிலிருந்து ரத்தம் சொட்டிக்கொண்டிருந்தது. அவனுக்குப் பின்னால் நின்றிருந்தவன் வேகமாக ஓடிவந்து அவனது இடுப்பைச் சேர்த்துப் பிடித்துக் கொண்டான். முரளியினால் அசைய முடியவில்லை. கூட்டத்திலிருந்தவன், “அப்படியே காலை கட்டிப் போடுங்க. போலீசுக்கு போன் போடுங்க என்று சொன்னான்.

முரளி போலீஸ் என்றதும் பயந்து போய் தன்னைப் பிடித்திருந்தவனிடமிருந்து தப்பித்துக் கொள்ள முயன்றான். அவனோடு எக்கிக் குதித்தான். அதை அவன் எதிர்பார்க்கவில்லை. குதித்த வேகத்தில் பிடித்திருந்தவன் முரளியை விட்டுவிட்டான். டிராக்டரின் மேலிருந்த பெண்கள் இப்போது கீழே இறங்கி கூட்டத்தோடு கூட்டமாக நின்றனர். பிரகாஷ் உதட்டிலிருந்து ரத்தம் வடிந்தது. முருகேசனுக்கு இரண்டு கன்னத்திலும் விரல்களின் தடம் பதிந்திருந்தது. முரளிக்கு இதையெல்லாம் பார்த்ததும் அப்பாவையும் சித்தப்பாவையும் அடித்தவர்களை

ஏதாவது செய்ய வேண்டுமென்கிற ஆத்திரம் வந்தது.

தொடையில் கத்திக் குத்து வாங்கிய டிரைவர் எழுந்து நின்றிருந்தான். சின்னக் கத்திதான் ஒன்னுமில்ல என்று அங்கிருந்தவர்கள் பிறரை சமாதானம் செய்தார்கள். அவன் வேட்டியைத் தூக்கிக்கட்டிக்கொண்டிருந்தான். முரளி வேகமாக ஓடிப்போய் அப்பாவைப் பிடித்தவனின் தோள்பட்டையில் இரண்டு முறை குத்தினான். அவன் அலறிக்கொண்டு விழுந்தான். டேய் டேய் என்று முருகேசனும் பிரகாஷும் கத்தியதைப் பொருட்படுத்தவில்லை. முரளிக்கு இன்னமும் கோபம் குறையவில்லை. கத்திக் குத்துப் போதாவது யாருடைய மண்டையை உடைக்க வேண்டுமென்கிற ஆத்திரத்தில் ஏதாவது தரையில் கிடக்கிறதா என்று பார்த்தான். அவன், எதையோ தேடுகிறான் என்னமோ செய்யப்போகிறான் என்பதைத் தெரிந்து கொண்ட டிரைவர் கரும்புத்தட்டைக்கு ஊடே சொருகி வைத்திருந்த வெட்டறுவாளை எடுத்தான்.

முரளியை ஏதாவது செய்துவிடுவார்களென முருகேசனும் பிரகாஷும் கத்தினார்கள். மாமா நீங்க அவனப் பிடிங்க என்று முருகேசன் சொன்னதும் சர்க்கரை செட்டியார் வெட்டறுவாளைக் கையில் பிடித்திருந்தவனைப் பிடிக்கச் சென்றார். முரளி தாத்தாவுக்கு முன்னால் சென்று அவர்களுக்குக் குறுக்கே நின்றான். கத்தியால் அவன் வயிற்றில் குத்துவதற்கு ஓங்கினான். வெட்டறுவாள் வைத்திருந்தவன், முரளியின் கையை வெட்டித் துண்டாக்கி விட வேண்டுமென்பதற்காக கண்களை மூடிக்கொண்டு ஓங்கி வீசினான். கூட்டத்திலிருந்தவர்கள் கத்தியதைக் கேட்டதற்குப் பிறகுதான் அவன் கண்களைத் திறந்து பார்த்தான். சர்க்கரை செட்டியார் தரையில் கிடந்தார். அவர் குப்புற விழுந்து கிடந்ததால் வெட்டு எந்த இடத்தில் விழுந்திருக்கிறது என்று அவனால் பார்க்க முடியவில்லை.

4

மாங்காய் முருகன் டாஸ்மாக் கடையின் முன்னால் நின்றிருந்தான்.

நன்றாகக் குடித்திருந்தான். ஏற்கனவே இரண்டு முறை டாஸ்மாக் கடைக்கு வந்து சரக்கு வாங்கிச் சென்றிருக்கிறான். சரக்கு வாங்கும் போது தன்னுடைய விரலில் அணிந்திருந்த மோதிரத்தைப் பார்த்துக் கொண்டான். அதன் மினுமினுப்பைப் பார்த்ததும் அவனுக்கு வெட்கம் வரும். கண்களை மூடி அந்த மினுப்பு வெளிச்சத்தை நினைத்துக்கொள்வான். அவன் சரக்கு வாங்கிக் கொண்டு வெளியே வந்தான். டாஸ்மாக் கடையில் சரக்கை வாங்கியவர்கள் பக்கத்திலிருந்த தோப்பில் அமர்ந்து குடித்துக் கொண்டிருந்தனர். தோப்புக்குள் நுழையும் இடத்தில் பிளாஸ்டிக் கப் மற்றும் சிகரெட் ஊறுகாய் சோடா தண்ணீர் பாக்கெட் விற்று வந்தார்கள். அலுமினியத் தட்டு நிறைய குச்சிக்கருவாடு பொரித்து வைத்திருந்தனர்.

முருகன் குடிக்க ஆரம்பித்தான். அவன் தண்ணீர் பாக்கெட்டைத் தவிர வேறெதுவும் வாங்கிக் கொள்ளவில்லை. இத்தனைக்கும் அவனுக்குப் பிடித்த குச்சிக்கருவாடு மொறுமொறுவென்றிருந்தது. பிளாஸ்டிக் கப்பில் பிராந்தியை ஊற்றி தண்ணீர் விட்டான். பிறகு தனது டவுசர் பாக்கெட்டிலிருந்த மோதிரத்தை எடுத்து அதில் போட்டான். மோதிரம் மூங்கியது. தம்ளரை எடுத்துக் குடித்தான். குடித்து முடித்ததும் மோதிரத்தை எடுத்து கைலி வேட்டியால் துடைத்துக் கொண்டான்.

“உங்கப்பா இருக்கிற வரைக்கு இந்தப் பக்கம் வரவே மாட்டே. இப்ப இந்த மூணு நாளும் இங்கதான் கிடக்க. தோப்புக்கு வேலைக்குப் போகலய” என்று பாட்டில் வாங்கிக் கொண்டு தோப்புக்குள் நுழைந்தவர் அவனை விசாரித்தார். அவன் பதில் பேசவில்லை. அவர், குச்சிக்கருவாடு பொட்டலத்தை வாங்கிக் கொண்டு சென்றார்.

முருகன் திரும்பவும் தம்ளரில் சரக்கை ஊற்றி தண்ணீர் விட்டான். மோதிரத்தை அதில் போட்டுக் குடித்தான். மூன்று நாட்களும் இப்படித்தான் குடிக்கிறான். கையிலிருந்த பணம் முழுக்கத் தீர்ந்துவிட்டது. சரக்கு வாங்க பணமில்லை. கடைசியாக சரக்கை ஊற்றி குடித்தவன் மோதிரத்திற்கு முத்தம் கொடுத்தான். பிறகு கைலி வேட்டியில் துடைத்துக் கொண்டு,

டவுசர் பாக்கெட்டில் வைத்துக் கொண்டான்.

முருகன் வீட்டிற்கு நடந்தான். வழியில் டவுசர் பாக்கெட்டைத் தொட்டுப் பார்த்துக் கொண்டான். கண்களை மூடிக் கொண்டு அந்த மினுப்பை நினைத்தான். அவனுக்குச் சிரிப்பு வந்தது. சிரித்தான். ரோட்டில் முன்னாலும் பின்னாலும் யாருமில்லை. ரோடு முழுக்க டியூப் லைட் வெளிச்சமிருந்தது. சைக்கிளில் சென்றவன் நின்று முருகனைப் பின்னால் உட்காரச் சொன்னான். முருகன் வேண்டாமென மறுத்தான். அவனுக்கு நடந்து செல்ல வேண்டுமென்று ஆசை. கால்களை கைகளை வீசி வீசி நடந்தான்.

முக்கில் நின்று தெருவை கடைசிவரை வேடிக்கை பார்த்தான். இனிமேல் இந்த இடத்திற்கு என்றும் வரமாட்டோம் என்று நினைத்தான். முருகன் இப்போதுதான் அதுவும் முதன்முதலாகக் குடிக்கிறான். தொடர்ந்து மூன்று நாட்கள். எதற்காகக் குடிக்கிறோம். ஏன் குடிக்கிறோம் என்று அவனுக்குத் தெரியவில்லை. ஆனாலும் குடித்தான். அவனது மனைவி கேப்பைக் களிகிண்டி வைத்திருப்பதாகச் சொல்லியிருந்தாள். வீட்டுக்கு வேகமாகப் போகவேண்டும். அவன் சாப்பிடும் போது பிள்ளைகள் சாப்பிடுவார்கள். எவ்வளவு பசி வந்தாலும் அப்பாயில்லாமல் சாப்பிட மாட்டார்களென அவனுக்குத் தெரியும். அவனது மனைவியும் அப்படித்தான். முருகனும் குழந்தைகளும் சாப்பிட்ட பிறகுதான் சாப்பிடுவாள். ராத்திரி எவ்வளவு நேரமானாலும் காத்திருப்பார்கள். இதற்காகவே அவன் ராத்திரியில் சீக்கிரமாக வந்துவிடுவான். இந்தப் பழக்கத்தை மாற்றிக்கொள்ள வேண்டுமென மனைவியிடம் சொல்லிப் பார்த்தான். அவள் முடியவே முடியாது என்று சொல்லிவிட்டாள். “அப்படியென்ன பசி. சோறு. நீயில்லாம, நீ திங்காம எனக்கெதுக்கு” என்று சொல்லிவிட்டாள்.

அவனுக்கு இரண்டு பிள்ளைகள். மூத்தவன் ஐந்தாம் வகுப்பும் இரண்டாவது பெண் குழந்தை மூன்றாம் வகுப்பும் படிக்கிறார்கள். அப்பாவுடன் சாப்பிடுவதை அவர்கள் பழக்கமாக வைத்திருந்தனர். முருகன் வேகமாக நடந்தான்.

பிள்ளைகளும் மனைவியும் தனக்காகக் காத்திருப்பார்கள் என்று அவனுக்குத் தெரியும்.

வீட்டின் முன்னால் நின்று மனைவியின் பெயரைச் சொல்லி அழைத்தான். பிள்ளைகள் இருவரும் வாசலில் நின்று எட்டிப் பார்த்தனர். அப்பா வந்துட்டாரு அப்பா வந்துட்டாரு என்று குதித்தார்கள். தண்ணீர்த் தொட்டியிலிருந்த நீரை அள்ளி முகத்தையும் கால்களையும் கழுவிக்கொண்டான். வாய் கொப்பளித்துத் துப்பினான். பிள்ளைகளும் அவனைப் போல முகம் கழுவி வாய் கொப்பளித்துத் துப்பினார்கள்.

மூன்று பீங்கான் தட்டுகளை எடுத்து வைத்தாள் அவனது மனைவி. சூடாக களியை உருட்டி உருட்டி தட்டில் போட்டாள். அவர்களுக்கு முன்னால் அமர்ந்துகொண்டு குழம்பை ஊற்றினாள். அவர்கள் சாப்பிட்டார்கள். முருகன் டவுசர் பாக்கெட்டிலிருந்த மோதிரத்தை எடுத்து அவளுக்கு முன்னால் வைத்தான். அவளுக்குச் சிரிப்பு வந்தது. இன்னைக்கும் இந்த வெளாட்டுதானா என்று அவனது கன்னத்தில் இடித்தாள். அவள் எழுந்து வீட்டின் விளக்குகளை அணைத்தாள். வீடு இருட்டானது. ஆனால் பொட்டு வெளிச்சம் தெரிந்தது. சிறிது நேரத்தில் திகுதிகுவென தூரத்தில் எரியும் தீ போல தெரியத் தொடங்கியது. கனிந்த சிவப்பான வெளிச்சம் அது. அவ்வொளியில் அம்மூவரும் அமர்ந்திருந்தனர். களியைப் பிட்டுப் பிட்டு அவர்கள் தின்றனர்.

“போதும் எனக்குக் கண் கூசுது” என்று முருகனின் மனைவி கொஞ்சினாள். “இன்னும் கொஞ்ச நேரம். இன்னைக்கு மட்டுந்தான் நாளைக்கு செட்டியாருகிட்ட இது போயிரும்” என்று முருகன் அவளிடம் சொன்னான். அவள் சொன்னாள். “நாளைக்கு நீங்க மதுரக்கிப் போகல, செட்டியாரு உங்களைத் தேடிட்டு இங்கன வந்து நிப்பாரு” என்று திட்டினாள். அவன் வாயிலிருந்த களியை முழுங்கிவிட்டுச் சொன்னான். “எவ்ள பெரிய மனுஷன் அவரு. வைர மோதிரத்த என்னைய நம்பி கொடுத்துட்டு தேடியா வருவாரு. வர்றப்ப வரட்டுமுன்னு அவரு ஜோலி தொந்தரவப் பாத்துட்டு இருப்பாரு. அவருக்கு என்னைய தேடி வர்றதுதான் பொழப்பா. இதமாதிரி எத்தன மோதிரம்

வெச்சுருப்பாரு. அவரு நம்மள நம்புவாங்கபுள்ள. நாமதான் அவங்கள நம்ப மாட்டோம். ஆசைக்கு ரெண்டொரு நா வெச்சிருந்துட்டு வரட்டுமுன்னு நெனைக்கிறவரு செட்டியாரு" என்று களியைப் பிட்டு விழுங்கினான். பிள்ளைகள் களியைத் தின்று எழுந்தனர். முருகனின் மனைவி அவன் சாப்பிட்ட தட்டில் களியை உருட்டிப் போட்டுத் தின்றாள்.

5

பொம்மி வாசலில் காத்திருந்தாள். இன்னமும் கண்ணபிரான் வரவில்லை. அவன் வருகிற நேரம் தப்பிவிட்டது. இத்தனை நாட்களும் அவன் வந்த பிறகுதான் பொம்மி வாசலுக்கு வந்து நிற்பாள். அவனைக் காத்திருக்கச் செய்வாள். அவன் காத்திருப்பதில் அவளுக்குக் கொஞ்சம் சந்தோஷம். அவனும் காத்திருக்க சலித்துக் கொள்வதில்லை. பால் ஊற்றும் நேரத்தில் கையைப் பிடித்துவிடுவான். தெருவில் யாருமில்லையென்றால் விரல்களைப் பிடித்து இழுத்துவிடுவான். சொடக்கு விழுந்துவிடும். சில சமயத்தில் வலிக்கும் அவளுக்கு. இஸ்ஸென உதட்டைக் கடித்துக்கொள்வாள். ஊற்றிய பாலுக்கு பணம் தராமல் விளையாட்டுக் காட்டுவாள்.

தெரு முக்கு வரை பார்த்தாள். கண்ணபிரான் வரவில்லை. எதிர்த்த வீட்டில் வழக்கமாக வரும் பால்காரன் வந்து சென்றான். அவன் பொம்மியைப் பார்த்து பால் வேண்டுமா என்று கேட்டான். அவள் தலையாட்டிவிட்டாள்.

"காலையில நா பால் வாங்குறப்பா ஒண்ணும் சொல்லல. ஓங்கிட்ட ஏதாச்சும் சொன்னானா" என்று வீட்டிற்குள் அமர்ந்திருந்த நீலமணி கேட்டாள். பொம்மிக்கு என்ன சொல்வது என்று தெரியவில்லை. அவளுக்கு அழுகை வருவது போலிருந்தது. நிற்க முடியவில்லை. திண்ணையில் அமர்ந்துகொண்டாள். கம்பிக்கட்டையில் தலையைச் சாய்த்தாள். ஏதோ வேகத்தில் எழுந்தவள் இடதுபுறமும் வலதுபுறமும் மாறி மாறி தெருவைப் பார்த்தாள். அவனது

சைக்கிள் எங்காவது நின்றிருக்கிறதா என்று தேடினாள்.

பொம்மிக்கு அழுகை வந்துவிட்டது. தேம்பிவிட்டாள். நெஞ்சு புடைத்துக் கொண்டது. மூச்சு அடைத்துத் தேம்புவது அழுகையாக வெடித்தது. கண்ணீர் வடிந்து தாவணியில் விழுந்தது. நீலமணி வெளியே வந்து நிற்பதை அவள் பொருட்படுத்தவில்லை. தலையைக் குனிந்து அழுதாள். மூச்சு அடக்கி, வாய் அடக்கி அவள் அழுவதைப் பார்த்தவள், “அடீயே எதுக்கு அழுவுற. அந்தப் பயல் வர்ற நேரம் தப்புச்சுன்னா அழுவுறதா. கண்ணைத் துடச்சுட்டு முகத்தக் கழுவு. சீவு சிங்காரிச்சு தலை நெறைய பூ வெச்சுட்டு வா. அப்பத்தான் வருவான். என்னைய பாரு. காலையில போன மனுஷன் இந்நேரமாச்சு. இன்னும் வரல. கலங்குறேனா. பொம்பள காத்திட்டு இருக்க வேணாம். பொறுும இல்லடீ ஓங்கிட்ட” என்று திட்டினாள். அவள் கண்களைத் துடைத்தாள். அழுகையை நிறுத்த முடியவில்லை. விசும்பிக் கொண்டிருந்தாள். பால் வாங்கும் பாத்திரத்தை நீலமணியிடம் கொடுத்துவிட்டு, வீட்டுக்குள் சென்றாள். கொல்லைக்குச் சென்றவள், வாழை மரத்தினடியில் அமர்ந்து வாய்விட்டு அழுதாள். எவ்வளவு நேரம் அழுதாள் என்பது அவளுக்குத் தெரியாது. தொண்டை வலித்து கண்கள் எரிந்தது.

நீலமணி, “பொம்மி பொம்மக்கா வா. வந்து பால் வாங்கு” என்று சொல்வது கேட்டது. அவள் விசுக்கென்று எழுந்து எட்டிப் பார்த்தாள். நிசமாக கண்ணபிரான் நின்றிருந்தான். அவளுக்கு அழுகையோடு சிரிப்பும் வந்தது. சிரித்துக்கொண்டாள். வாளியிலிருந்த நீரை அள்ளி முகத்தைக் கழுவித் துடைத்தாள். வீட்டிற்குள் சென்று கண்ணாடி பார்த்தாள். நெற்றியிலிருந்த குங்குமத்தைத் துடைத்துவிட்டு, புதிதாக குங்குமம் வைத்தாள். தாவணியின் மேல் மடிப்பைப் பிரித்துவிட்டாள். கண்ணபிரான் பார்க்க வேண்டுமென்று வயிற்று முந்தியை ஒதுக்கினாள்.

நீலமணி, “பொம்மி வா வந்து பாலை வாங்கு” என்று திரும்பவும் குரல் கொடுத்தாள். அவள் வர்றேன் வர்றேன் என்று சிணுங்குலாக பதில் சொன்னாள். மீண்டும் கண்ணாடியைப் பார்த்தாள். பின்னந்தலையைப் பார்த்தாள். அவளுக்குத்

திருப்தியாக இருந்தது. வாசலுக்கு வந்தாள். கண்ணபிரான் சிரித்துக்கொண்டு நின்றான்.

“கொல்லையில ஏதோ கை வேலை இருக்குன்னு சொன்னே. பாலை வாங்கி வெச்சிட்டு கூட்டிட்டுப் போ. இலை அறுக்கணுமின்னா அறுத்துட்டு வா” என்று அவளிடம் பால் பாத்திரத்தைக் கொடுத்துவிட்டு நீலமணி வீட்டுக்குள் சென்றாள். போகும் போது “சீக்கிரமா உங்க ரெண்டு பேத்துக்கும் கல்யாணத்த முடிக்கணும்” என்றாள். கண்ணபிரான் சிரித்துக் கொண்டான். அவன் பாலை உழக்கில் அளந்து ஊற்றும் போது அவளது கண்களைப் பார்த்தான். அவள் வேண்டுமென்றே வேறு பக்கமாகத் திரும்பிக் கொண்டாள். அவன் விரல்களைப் பிடித்து இழுத்தான். அவன் உதட்டைக் கடித்துக் கொண்டாள்.

நீலமணி வீட்டுக்குள் சென்றதும் கண்ணாடியில் தன் முகத்தைப் பார்த்தாள். கீழ் இமையில் ததும்பி நின்ற கண்ணீர்த் துளியை முந்தியில் ஒற்றி எடுத்தாள். அங்கிருந்த நாற்காலியைப் பார்த்தாள். செட்டியார் வழக்கமாக காப்பி குடிக்கும் நேரம் இது. அவர் அமர்ந்திருக்கும் நாற்காலியைத் தொட்டுக்கொண்டாள். ஐம்பது வருஷத்தில் இவ்வளவு நேரம் தன்னை விட்டுப் பிரிந்திருக்காதவர், இன்று மட்டும் இந்த மனுஷனுக்கு எப்படி மனசு வந்துச்சு. என்னய தனியா விட்டுட்டு இருக்குறதுக்கு என்று சத்தம் வரக்கூடாது என முந்தியை வாயில் பொத்தி அழுதாள். அவளது உடல் குலுங்கி அடிவயிறு அதிர்ந்து அடங்கியது.

பொம்மியும் கண்ணபிரானும் கொல்லையில் பேசிக்கொள்கிற சத்தம் கேட்டது அவளுக்கு. அவள் எழுந்து வாசலுக்கு வந்து நின்றாள். தெருவில் போகிற வருகிற ஆட்களைப் பார்த்துக் கொண்டிருந்தால் மனம் மாறிவிடுமென வேடிக்கை பார்த்தாள். ஒவ்வொரு கடையாகத் திறந்து ஆட்கள் வருவதும் போவதுமாக இருந்தார்கள். அந்த வீதிக்குள் ஆம்புலன்ஸ் வண்டி சத்தமில்லாமல் மெதுவாக நகர்ந்து வந்ததை அவள் தான் முதலில் பார்த்தாள்.

– ‘சிறுகதை’ காலாண்டிதழ், 2021

ஆம்லெட் சப்பாத்தியும் இங்கிலீஷ் நியூஸ் பேப்பரும்

1

பாக்கியமுத்து தூங்கியெழுந்ததும் தனது செல்போனைப் பார்த்தான். அதிகாலையில் ஒருமுறையும் ஏழுமணிக்கு இரண்டு தடவையும் அமுல்ராஜ் தன்னை அழைத்திருப்பது தெரிந்தது. படுக்கையை விட்டு எழுந்து கழிப்பறைக்குச் சென்றான். கழிப்பறைத் தரை முழுக்க மண்ணும் சிகரெட்டுத் துண்டுகளுமாகக் கிடந்தது அவனுக்கு அருவருப்பை உண்டாக்கியது. ஞாயிற்றுக்கிழமை இரவில் தனது அறைக்கு வரும் வீரசிவாஜியும், அமுல்ராஜும், ராம்சுந்தரும் செருப்புக் காலோடு கழிப்பறையைப் பயன்படுத்துவது அவனுக்கு எரிச்சலாக இருந்தது. பலமுறை சொல்லியும் யாரும் அதைக் கேட்கவில்லை. ஒவ்வொரு திங்கள்கிழமை காலைநேரமும், கழிப்பறையைச் சுத்தம் செய்வதிலிருந்து அவனுக்குத் தொடங்கும். தானும் ஞாயிற்றுக்கிழமை இரவில் அவர்களுடன் சேர்ந்து குடிப்பதால்தான் இங்கு வருகிறார்கள். இனிமேல் அவர்களுடன் சேர்ந்து குடிக்கக்கூடாது என்று நினைத்தான். கழிப்பறையைத் தண்ணீர் ஊற்றிக் கழுவினான். ஒவ்வொருவரின்

காலடித்தடமும் தனித்தனியாகத் தெரிந்தது. அவர்களின் காலடிகள் அவனுக்குப் பழக்கமானவைதான். அதனைக் கோபத்தில் தேய்த்துக் கழுவினான்.

பாக்கியம் முகங்கழுவி விட்டுக் கழிப்பறையிலிருந்து வெளியே வந்தான். தண்ணீர் பாட்டிலை எடுத்துக் குடித்தான். நேற்றிரவு யாருக்கும் தெரியாமல் தண்ணீர் பாட்டிலை அழுக்குத் துணிகளுக்குள் ஒளித்து வைத்திருந்தான். குடிப்பதற்கும் ஜாலியாக உட்கார்ந்து பேசுவதற்கும், ஞாயிற்றுக்கிழமை மாலையில் தனது அறைக்கு வருகிற மூவரும் தண்ணீர் கேனிலிருக்கும் தண்ணீரையும் கூடவே பாட்டில்களிலிருக்கும் தண்ணீரையும் தீர்த்துவிட்டுச் செல்கின்றனர். காலையில் குடிப்பதற்குப் பக்கத்து அறைக்காரர்களிடம் பாட்டிலை ஏந்திச் செல்ல வேண்டியதாகயிருக்கிறது என்று தண்ணீர் பாட்டிலை ஒளித்து வைத்திருந்தான். தண்ணீர் பாட்டிலை ஒளித்து வைத்துக்கொள்ளும் யோசனையை வீரசிவாஜிதான் சொல்லிக்கொடுத்தான்.

வீரசிவாஜி, பஸ் ஸ்டாண்டில் மிக்ஸர்கடை வைத்திருக்கிறான். மிக்ஸர்கடைக்கு எதிரேயிருக்கும் விடுதியின் அறையில்தான் பாக்கியமுத்துவின் ஜோதிடநிலையம் இருந்தது. வீரசிவாஜிக்கு நாற்பது வயதுக்கு மேலிருக்கும். போன மாதம் சொக்கப்பன்புரத்திற்குப் போய் அவனும் அவனது அம்மாவும் பெண் பார்த்து வந்தார்கள். வீரசிவாஜி குள்ளமாகவும் கறுப்பாகவும் இருந்தது பெண் வீட்டிலிருந்தவர்களுக்குப் பிடிக்கவில்லை. தகவல் சொல்கிறோமென அனுப்பி வைத்தனர். அதன் பிறகு வேறெங்கும் அவன் பெண் பார்க்கச் செல்லவில்லை. வீரசிவாஜி கல்லூரியில் படிக்கும் இளைஞர்களுக்குப் பழக்கமிருந்தது. கல்லூரிக்குப் போகும் மாணவர்கள் பலரும் பேருந்துநிலையத்திற்கு வந்ததும் முதலில் அவனைத் தேடிச் செல்வார்கள். அவனிடம் பலரும் தங்களது நோட்டுப்புக்குகளைக் கொடுத்துவிட்டு சினிமாவிற்குச் செல்வார்கள்.

பாக்கியமுத்து, தண்ணீரைக் குடித்து முடிப்பதற்குள் அமுலிடமிருந்து போன் வந்தது. "ஏன்டா போன் போட்டா

எடுக்கமாட்டீயா” என்று அமுல்ராஜ் கோபமாகக் கேட்டதும் பாக்கியமுத்து, “தூங்கிட்டுயிருந்தேன்” என்று வாய் கொப்பளித்துத் துப்பிவிட்டு பதில் சொன்னான். அமுல்ராஜ், “சீக்கிரமா கடைக்கு வா. ஒரு விஷயம்” என்று பதட்டமாகச் சொன்னதும் பாக்கியம் முகத்தைத் துடைத்துக்கொண்டு, “என்னான்னு போனிலேயே சொல்லு” என்றான். ஒரு ரூபாயிக்கு பிரயோஜனமில்லாத விஷயத்திற்கு அவசரமாக அழைப்பான் என்று பாக்கியத்திற்குத் தெரியும். “உன் அவசரத்திற்கெல்லாம் வரமுடியாது. என்னா விஷயமுன்னு போனிலேயே சொல்லு” என்று இவனும் கோபத்துடன் சொன்னதும் அமுல்ராஜ் விஷயத்தைச் சொன்னான்.

“வட்டக்கல் சங்கரன்குட்டிக்கு அவசரமா ஒரு டன் எடை பழைய பேப்பரு வேணுமாம். அதுவும் இங்கிலிஷ் பேப்பரா வேணுமாம். பத்துநாள் கெடு கொடுத்திருக்கான். கிலோவுக்கு ஐம்பது காசு மத்தவங்களைக்காட்டிலும் நமக்கு சேர்த்துத் தர்றானாம். காலங்காத்தலே ஜீப்பை எடுத்துட்டு கடைக்கு வந்து நிக்குறான். அட்வான்ஸ் பணத்தைக் கொடுக்கிறேன்னு சொல்லுறான். நாந்தான் உன்னையைக் கேட்டுட்டு செய்யலாமுன்னு காத்திருக்கிறேன்” என்றான். அமுல்ராஜ், பாக்கியத்திடம் கேட்காமல் எதையும் செய்யமாட்டான். பாக்கியம் தனது கைரேகை ஜோசியம் பார்த்து நல்லதாக ஏதாவது சொல்வான் என்று அமுல்ராஜ் நம்பினான். பாக்கியமுத்து சட்டையை உடுத்தி முகத்திற்கு பவுடர் பூசிக்கொண்டு ஹோட்டலுக்குச் சென்றான்.

பாக்கியமுத்து சைக்கிளை வேகமாக அழுத்தினான். இரண்டு தினங்களுக்கு முன்பாகத்தான் அமுல்ராஜின் கைரேகையைப் பார்த்து அவனுக்குப் புதிய தொழில் யோகம் வரவுள்ளது என்று பெருமையாகச் சொல்லியிருந்தான். தனது தீர்க்கதரிசனம் பொய்யாகாமல் நிஜமாகவுள்ளதை நினைத்து அவனுக்கு சந்தோஷமாக இருந்தது. அமுல்ராஜ் புதிய தொழில் தொடங்கினால் வீரசிவாஜி ராம்சுந்தர் ஆகியோருடன் உன்னையும் பார்ட்னர்களாகச் சேர்த்துக்கொள்கிறேன் என்று

பாக்கியத்திற்கு சத்தியம் செய்து கொடுத்திருந்தான். சத்தியம் செய்து கொடுத்த தினம் ஞாயிற்றுக்கிழமையாக இருந்தது. போதையில் உளறுகிறான் என்றுதான் அவன் நினைத்தான். ஆனால், நிஜமாகவே தன்னை மதித்து அழைத்திருப்பதை நினைத்து அவனுக்கு சந்தோஷமாக இருந்தது. தன்னை இந்தத் தொழிலில் சேர்த்துக்கொண்டால் சம்பாதித்துவிடலாமென ஆசைப்பட்டான். ஆனால் பழைய பேப்பர் வாங்கும் தொழில் தனது ராசிக்கு ஒத்துவருமா என்று மனதில் கணக்குப்போட்டுப்பார்த்தான்.

அமுல்ராஜின் ஹோட்டல் முன்பாக வீரசிவாஜியும் ராம்சுந்தரும் நின்றிருந்ததை அவன் பார்த்தான். வீரசிவாஜி குளித்து நெற்றியில் விபூதிப்பட்டை அடித்திருந்தது பாக்கியத்திற்கு ஆச்சரியத்தைத் தந்தது. வழக்கமாக ராத்திரி பத்து மணிக்கு மேல் மிக்ஸர்கடையை அடைத்துவிட்டு சரக்கு குடிப்பதற்கு முன்பாகக் குளித்துவிட்டு உடைமாற்றிக்கொள்கிற பழக்கத்திலிருப்பவன், காலையில் குளித்துவிட்டு வந்திருக்கிறான். அவனது வெள்ளைச்சட்டையும் வெள்ளைவேட்டியும் நெற்றி நிறைய விபூதியும் பார்ப்பதற்கு வேறொரு தோற்றத்தைத் தந்தது. வீரசிவாஜி தனது செல்போனை எடுத்து அமுலுக்கு போன் செய்தான். தொடர்பு துண்டிக்கப்பட்டது. “மூணு தடவை போன் செஞ்சுட்டேன். போனை எடுக்கவேமாட்டேங்கிறான். எதுக்கு கட் செய்யுறான்னு தெரியலை” என்று சலிப்புடன் மற்றவர்களைப் பார்த்துப் பேசினான்.

ராம்சுந்தர், “விடுங்க அண்ணே, வரப்போ வரட்டும். மாமா போன் போட்டுக் கூப்பிட்டாரு. வந்து நிற்கிறோம். வெறும் வயித்தோட நிக்கிறேன். மரியாதையா காலையிலே டிபன் வாங்கிக் கொடுக்கச் சொல்லிருங்க” என்றான். ராம்சுந்தர் காலையிலே டாஸ்மாக் கடை திறப்பதற்கு முன்பாக சரக்கு குடிக்கிறவன். டிபன் வாங்கிக் கொடுங்க என்று மரியாதையாக ஒருவரிடம் கேட்கிறான் என்றால் அதற்கு அர்த்தம் சரக்கு வாங்கிக் கொடுங்க என்பதுதான். ஹென்றிஇமானுவேல் சாருடைய மகன்தான் ராம்சுந்தர். அமுல்ராஜும்

இமானுவேலும் சொந்தக்காரரர்கள். ஊரிலிருக்கிற பலருக்கும் ராம்சுந்தர் அவருடைய வளர்ப்பு மகன் என்பது தெரியாது. இமானுவேலுடைய சொந்த மகன் என்று நினைத்தார்கள். மூன்று வயதில் தனது உறவினர் ஒருவரிடமிருந்து தத்தெடுத்து வளர்த்து, படிக்க வைத்தார் இமானுவேல். ராம்சுந்தர் கல்லூரிக்கு இமானுவேலுவைப் போல மீசை வைத்து புல்லட் ஓட்டிச்சென்றான். கல்லூரிக்கு புல்லட் ஓட்டிவரக்கூடாது, பெரிய மீசையெல்லாம் வைத்துக்கொண்டு வரக்கூடாது என்று கல்லூரி முதல்வர் சொன்னதும் பதிலுக்கு ராம்சுந்தர், "நீங்களும் பெரிய மீசை வைச்சுக்கங்க, புல்லட்டு ஓட்டிட்டு வாங்க" என்று சொன்னான். இருவருக்கும் வாய்த் தகராறு வந்தது. அனைவரின் முன்பாகத் தன்னை அசிங்கப்படுத்தியதை மனதில் வைத்திருந்தவர், அவனை டி.சி கொடுத்து கல்லூரியை விட்டு விரட்ட வேண்டுமென நினைத்தார். ராம்சுந்தர் ஒழுங்காக கல்லூரிக்குச் செல்வதில்லை. காலையில் சினிமா தியேட்டரிலும் ராத்திரியில் பாக்கியத்தின் அறையில் சீட்டு விளையாடுவதும் குடிப்பதுமாகப் பொழுதைக் கழித்து வந்தான்.

ஹோட்டலை விட்டு வெளியே வந்தான் அமுல்ராஜ். அவனுக்குப் பின்பாக வட்டக்கல் சங்கரன்குட்டியும் அவருடன் ஜீப்பில் வரும் இரண்டு நபர்களும் ஏதோ சத்தமாகப் பேசிக்கொண்டு வருவது தெரிந்தது. அமுல்ராஜ் செல்போனில் யாருடனோ பேசுவது தெரிந்தது. சங்கரன்குட்டி கை அசைத்து ஜாடை காட்டியதும் அவருக்கு முன்பாக ஜீப் வந்து நின்றது. ஜீப் அதுவரை எங்கு நின்றிருந்தது, எங்கிருந்து வந்தது என்று பாக்கியமுத்து சுற்றிமுற்றியும் பார்த்தான். அந்நேரத்திலும் அவருடைய முகம் பளீச்சென்றிருந்ததை அவன் பார்த்தான். நெற்றியில் சந்தனம் தெரிந்தது. அவருடைய வேட்டியின் அகலமான கரை கருமையா நீலமா என்று கண்டுபிடிக்க முடியவில்லை அவனால். ஹோட்டல் வாசல் தரையில் விழுந்து தரையோடு தரையாக அவருடன் வந்தது. அவர் நடக்க நடக்க வேட்டியின் கரை அழகாக மடிந்து புரண்டது. பாக்கியத்திற்கு வட்டக்கல் சங்கரன்குட்டியின் ஜாதகத்தைப் பார்த்து பலன் சொல்லவேண்டுமெனவும் சங்கரன் எந்த ராசி நட்சத்திரத்தில் பிறந்திருப்பார் என்ற சிந்தனை ஓடியது.

“நான் சொன்னது ஞாபகம் வைச்சுக்கோ அமுலு. ஊருக்குப் போனதும் போன் செய்யுறேன்” என்ற சங்கரன்குட்டி வண்டியில் ஏறி அமர்ந்துகொண்டார். ஜீப் புறப்பட்டுச் சென்ற பிறகு அமுல்ராஜ் ஹோட்டல் முன்பாக நின்றிருந்தவர்களைப் பார்த்தான்.

அமுல்ராஜ், “ஒரு டன் பேப்பரு மாப்பிளே. பத்துநாளிலே தயார் செய்யணும்” என்று ஹோட்டலின் ஷட்டரைக் கீழே இறக்கிவிட்டபடி சத்தமாகப் பேசினான். பூட்டுப் போட்டுப் பூட்டிவிட்டு, ஹோட்டலின் பக்கவாட்டில் நிறுத்தி வைத்திருந்த தனது சைக்கிள் அருகே சென்றான். ஸ்டாண்டை எடுத்துவிட்டவன் ஏதோ ஞாபகம் வந்தவன் போல, “நீங்க மூணு பேரும் காப்பி சாப்பிட்டீங்களாடா” என்று கேட்டான். அதுவரை அமைதியாக நின்றிருந்த வீரசிவாஜி, “காப்பியெல்லாம் சாப்பிட்டோம். டிபன் வாங்கித்தா” என்று சொன்னான்.

“டேய் டிபன் சாப்பிடுறதாடா முக்கியம். ஒரு டன் பேப்பரைக் கொடுத்தா எவ்வளவு காசு தருவான் தெரியுமா. ஊரிலிருக்கிற பழைய பேப்பர்க்காரனையெல்லாம் பிடுச்சி ஏதாவது ஏற்பாடு செய்யணும்டா. தேனியிலே இருக்கிற பழைய பேப்பர்க்காரனுக்கு போன் போட்டுப் பேசினேன். யோசனை செஞ்சு சொல்றேன்னு சொல்லியிருக்கான்” என்றான்.

“சங்கரன்குட்டிக்கு எதுக்கு மாமா ஒரு டன் பேப்பர். அதுவும் இங்கிலிஷ்சு பேப்பரு” என்று ராம்சுந்தர் கேட்டான். அவன் தோள்மேல் கைபோட்டுக்கொண்டு, “எப்படியாவது வட்டக்கல்லு ஏரியாவிலே ஒரு ஹோட்டல் வைச்சு நடத்தணும்டா. சங்கரன்குட்டி இடமெல்லாம் பார்த்துத் தர்றேன்னு சொல்லிவிட்டாரு. நான் நெனைச்சுப் பார்த்திருப்பேனா, ஸ்கூல்கிரவுண்டிலே கிரிக்கெட்டு மேட்ச் விளையாடிட்டு இருந்தேன். இரண்டு பந்துக்கு ஒரு ரன் எடுக்கணும். ரன்அவுட்டாகி வெளியே வந்தப்போ எல்லாரும் என்னையைப் பார்த்து சிரிச்சாங்க. காலேஜிலே சேர்ந்து காலேஜ் டீமிலே விளையாடி அப்படியே தமிழ்நாடு டீமிலே சேர்ந்து அப்படியே இந்தியா டீமிலே சேரணுமின்னு வெறியா இருந்தேன்.

எங்கப்பா ஹோட்டலுக்கு பில் போடணுமின்னு காலேஜிற்குப் போகவிடாமே கடையிலே உட்கார வைச்சிட்டாரு. இன்னைக்கு ஒரு ஹோட்டலுக்கு முதலாளி. புரோட்டா மாஸ்டர் வரலைன்னா புரோட்டா போடுறேன். ஆம்லெட் சப்பாத்தி போட்டுத் தர்றேன். ஊரெல்லாம் ஆம்லெட் சப்பாத்தியைப் பத்திதான்டா பேசுறாங்க. டேய் மாப்பிள்ளே நான் கிரிக்கெட் விளையாடுறோனோ இல்லையோ ஒருநாள் இல்லைன்னாலும் ஒருநாள் இந்தியா டீமிலே விளையாடுறவங்களுக்கு ஆம்லெட் சப்பாத்தி போட்டுத்தருவேன்டா" என்று பேசினான்.

"அதெல்லாம் சரி மாமா, கேரளாக்காரனுக்கு எதுக்கு இங்கிலீஷ் பேப்பரு. அதைச் சொல்லு முதல்லே" என்று ராம்சுந்தர் அவனிடம் கேட்டான்.

வட்டக்கல்லிலிருந்து ஞாயிறு தோறும் ஜீப்பில் வரும் சங்கரன்குட்டிக்கு சூடாக ஆம்லெட் சப்பாத்தி சாப்பிட வேண்டுமென்றால் அமுல்ராஜ் கடைக்கு வந்துவிடுவதையும், அவருடன் ஐந்தாறு ஆட்கள் வருவார்கள் என்பதையும், அவர்களுக்கு ஆம்லெட் சப்பாத்தி பிடிக்காது பதிலாக புரோட்டாவும் கோழிக்குழம்பும் பிடிக்கும் என்கிற விஷயத்தையும் அமுல்ராஜ் சொல்லித்தான் மூவருக்கும் தெரியும். இரண்டொரு முறை மட்டுமே வட்டக்கல் சங்கரன்குட்டியை அவர்கள் பார்த்திருக்கிறார்கள். சங்கரன்குட்டி தமிழ்நாட்டுக்காரர் போலதானிருப்பார். பேசும்போதுதான் மலையாளத்துக்காரர் என்று தெரியவரும். வாரந்தோறும் வட்டக்கல்லிலிருந்து ஜீப்பில் வருவார். தமிழ்நாட்டுக் காய்கறிகளையும் கூடவே சன்னமான பொன்னி அரிசியையும் வாங்கிச்செல்வார். ஞாயிற்றுக்கிழமையில் பாக்கியத்தின் அறைக்கு வந்து தன்னுடன் குடிப்பதாகவும் அன்று முழுக்கச் செலவு தன்னுடையதுதான் என்று சங்கரன் சொல்லியிருப்பதாக அமுல்ராஜ் அவர்களிடம் சொல்லியிருந்தான்.

"சங்கரன்குட்டி பேப்பரை மலேஷியாவுக்கு அனுப்பப்போறாராம். முட்டைக்கோஸை அட்டைப் பெட்டியிலே வைச்சு அனுப்புறதுக்கு பேப்பர்தான் அங்க பயன்படுத்தனுமாம்.

ஒருதடவை அனுப்பி வைச்சுப் பாரு. லாபம் வந்தா தொடர்ந்து நீ எனக்கு சப்ளை செய்யீன்னு சொல்லுறாருடா மாப்பிள்ளே” என்றான் அமுல்ராஜ்.

“ஹோட்டலை வியாபாரத்தைக் கவனிக்காமே இதை எதுக்கு செய்யுறீங்க. அதுவும் கேரளாக்காரனுக்கு. வேண்டாம் மாமா. பேசாமே ஹோட்டலைப் பார்த்துட்டு இருங்க” என்று ராம்சுந்தர் சொன்னான். ராம்சுந்தர் பேச்சை அவன் கேட்கவில்லை. அமுல்ராஜ் பாக்கியமுத்துவிடம் யோசனை கேட்பான். அதுவும் பெயருக்குத்தான். அவனது மனைவி தெய்வக்கனியின் பேச்சை மட்டுந்தான் கேட்பான். அவள் சரி என்று சொல்லாமல் பழைய பேப்பர் வாங்குகிற தொழிலைச் செய்யமாட்டான் என்று பாக்கியத்திற்குத் தெரியும்.

2

வீரசிவாஜியை இரண்டு தினங்களாக மிக்ஸர் கடையில் பார்க்க முடியவில்லை. கடையில் அவனது அம்மாவை உட்கார வைத்திருந்தான். சைக்கிளில் தெருத்தெருவாக அலைந்தான். “பழைய பேப்பர் பழைய பேப்பர்” என்று அவன் கத்துவது வட்டக்கல்லுக்குக் கேட்பது போலிருந்தது. காலை முதல் மதியம் வரை சைக்கிளில் பேப்பர் வாங்குவதற்காகச் சுற்றுவதும், மதிய சாப்பாட்டு நேரத்திற்கு கடைக்கு வருவதுமாக இருந்தான். அவனது கருத்த உருவத்தில் வியர்வைத் துளிகள் வடிவது முச்சந்தி கோயில் பிள்ளையார் சிலைக்கு எண்ணெய் பூசியது போல மினுமினுவெனயிருந்தது. ஒரு தெருவைச் சுற்றியதும் அவனுக்கு உடம்பு வியர்த்துக்கொட்டியது.

ஓடைக்கு மேற்குப் பக்கமாகயிருந்த தெருவில் பழைய பேப்பர் வாங்கிக் கொண்டிருந்த போது, கப்பக்கிழங்குக்காரன் பழக்கமானான். அவன் தினமும் மயில்பட்டியிலிருந்து சைக்கிளில் வருவதாகச் சொன்னான். சைக்கிளை பஸ் ஸ்டாண்டில் போட்டுவிட்டு கப்பக்கிழங்கு விற்க வருவதாகச் சொன்னான்.

"தினமும் பழைய பேப்பரு வாங்குங்க அண்ணே. தேனி சந்தையிலே பெரிய குடவுன் கடை இருக்கு. அங்கே கொண்டுட்டு போய் பழைய பேப்பரை விலைக்குப் போட்டிங்கன்னா காசு கூடுதலா கிடைக்கும். நானும் முதலிலே பழைய பேப்பர்தான் வாங்கிட்டு இருந்தேன். காசு தரமாட்டேன். கப்பக்கிழங்கு தருவேன். வியாபாரத்தை விட்டுட்டு கொஞ்சம் நாளு பூ விக்கப்போனேன். அப்புறம் பஸ்ஸ்டாண்டிலே கடலையை அவிச்சு வித்தேன். அதையும் விட்டுட்டு இப்போ கப்பக்கிழங்கு வியாபாரம் செய்யுறேன். ஒரே வியாபாரத்தைச் செய்யுறதுக்கு எரிச்சலா இருக்கு அண்ணே. அதான் மாறி மாறி இப்படி வியாபாரம் செய்யுறேன். அலுப்புல்லாமல் இருக்கு" என்று சொன்னான்.

பிறகு அவன், எந்தெந்தத் தெருவில் இங்கிலீஷ் பேப்பர் வாங்கலாம். தமிழ் பேப்பர் வாங்கலாம். எந்ததெந்த வீட்டில் எடையைச் சரியாகப் பார்ப்பார்கள். எந்த வீட்டில் காசுக்குப் பதிலாக கப்பக்கிழங்கு கேட்பார்கள் என்கிற விபரத்தைச் சொன்னான். வீரசிவாஜி, அவன் சொல்லிய தெருப் பெயர்களையும் வீட்டையும் அடையாளமாக காகிதத்தில் குறித்து வைத்தான். அவனுக்கு இப்பொழுதே சைக்கிளை எடுத்துக் கொண்டு அங்கு போகவேண்டுமென உடம்பும் மனமும் பரபரவென்றிருந்தது. கப்பக்கிழங்குக்காரன் அவனுக்கு மிக்ஸர்கடையை எடுத்து வைப்பதிலும், குண்டு பல்பு வயர்களைச் சுருட்டித்தருவதுமாக உதவி செய்தான். மிக்ஸர்கடைக்கு ஷட்டர்கதவு கிடையாது. தகரக் கதவுக்கடை அது. தகரக் கதவை சைக்கிள் செயின் பூட்டுப் போட்டுப் பூட்டினான். இரண்டு கதவுகள் இணையும் இடத்தில் பெரிய ஓட்டை இருந்தது. ஓட்டையை மறைத்து இரண்டு கருங்கற்களை எடுத்து வைத்தான். வீரசிவாஜி, "மிக்ஸர் கடையிலே திருடறதுக்கு ஒண்ணுமில்லை. பெருச்சாளியும் பூனையுந்தான் ரொம்பவும் தொந்தரவாயிருக்கு" என்று கப்பக்கிழங்குக்காரனிடம் சொன்னான்.

வீரசிவாஜிக்கு குளித்துவிட்டு சரக்கடிக்க வேண்டும். இல்லையென்றால் தூக்கம் வராது. கப்பக்கிழங்குக்காரன்

எப்போது வண்டியைத் தள்ளிக்கொண்டு நகருவான் என்று காத்திருந்தான். கப்பக்கிழங்குக்காரன் தள்ளுவண்டி கடையின் முன்பாக தள்ளி நிறுத்திவிட்டு, “ஒயின்ஷாப்புக்குப் போறேன். குவாட்டரை உள்ளே விட்டாத்தான் நிம்மதியா உறங்க முடியும். போயிட்டு வந்து வண்டியைத் தள்ளிட்டுப் போறேன்” என்று சொன்னான். கப்பக்கிழங்குக்காரன் சென்றதும் வீரசிவாஜி சைக்கிளை எடுத்துக்கொண்டு வீட்டிற்குச் சென்றான். வழியில் யாரையாவது பார்த்தால் கூட பேசக்கூடாதென்று ஒரே நேர் பார்வையாக சைக்கிளை ஓட்டிக்கொண்டு போய் வீட்டுக்கு முன்பாக நிறுத்தினான்.

வீரசிவாஜி வீட்டிற்குச் சென்றதும், குளித்துவிட்டு அவனது அம்மாவிற்குத் தெரியாமல் சரக்கைக் குடித்தான். சோறு சாப்பிட்டான். சிறிது நேரம் டி.வியில் படம் பார்த்தபடியிருந்தவன் அப்படியே உறங்கினான். காலையில் எழுந்ததும் முகத்தைக் கழுவிக்கொண்டான். சைக்கிளை எடுத்துக் கொண்டு தான் எழுதி வைத்த தெருவைத் தேடிச் சுற்றினான். ஒவ்வொரு தெருவாக நுழைந்து வெளியேறியவனுக்கு ஊருக்குள் இத்தனை தெருவு இருக்கா என்று தோன்றியது. இவ்வளவு நாட்களும் பேருந்துநிலையமும் வீடுமாக சைக்கிளில் சுற்றித் தனது வாழ்க்கையை வீணடித்துவிட்டோமென வருத்தப்பட்டான். அதிகாலை நேரத்தில் தெருவில் பால்காரனுக்காகக் காத்திருக்கும் பெண்கள், வாசல் தெளித்துக் கோலமிடுபவர்கள், மைதானத்திற்கு நடந்து செல்பவர்கள், கோயிலுக்குச் சென்று கொண்டிருப்பவர்கள் என பலரையும் ஒவ்வொரு தெருவிலும் அவனால் பார்க்க முடிந்தது. பேருந்துநிலையத்தில் அவன் பார்த்த பெண்களுக்கும் இப்போது தெருவில் பார்க்கும் பெண்களுக்கும் நிறைய வித்தியாசம் இருப்பதாக அவன் நினைத்தான். மிக்ஸர்கடையை விட்டுவிட்டு பழைய பேப்பர் வாங்கிப் பிழைத்துக் கொள்ளலாமா என்று அவனுக்கு புதிதாக யோசனை தோன்றியது.

வீரசிவாஜி, வேகவேகமாக சைக்கிளைச் சுற்றினான். மற்ற பேப்பர்க்காரர்கள் வாங்குவதற்கு முந்தி தான் வாங்கிவிடவேண்டுமென்கிற ஆர்வம் அவனிடமிருந்தது.

கப்பக்கிழங்குக்காரன் சொல்லியிருந்த பங்களா வீட்டின் வாசல் முன்பாக சைக்கிளை நிறுத்திவிட்டு “பழைய பேப்பர் பழைய பேப்பர்” என்று குரல் கொடுத்தான். வீட்டு வேலைக்காரப் பெண் வாசலுக்கு வந்து எட்டிப் பார்த்தாள். அவள்தான் அந்த வீட்டிற்கு எல்லாம். கப்பக்கிழங்குக்காரன் அவளைப் பற்றிய சொல்லியிருந்தான். வீரசிவாஜி அவளைப் பார்த்ததும் “நீங்க தானே அருந்ததி. கப்பக்கிழங்குக்காரர் சொல்லிவிட்டாரு. உங்களுக்கு கமிஷன் தர்றேன். நியூஸ் பேப்பரையெல்லாம் என்கிட்டே எடைக்குப் போடுங்க” என்று சொன்னான்.

அருந்ததி, அவனைப் பார்த்ததும் வெட்கப்பட்டவளாக, “நீங்க எதுவும் எனக்கு கமிஷன் தரவேண்டாம். பேப்பரை எடைக்கு வாங்கிட்டுப் போங்க” என்று சொல்லி, வீட்டிற்குள் சென்றாள். வீட்டிற்குள்ளிருந்து பழைய பேப்பர்களையும் புத்தகங்களையும் கட்டி எடுத்து வந்தாள். வீரசிவாஜி அவள் தந்த பேப்பரை தொங்கல் தராசில் எடை போட்டு காசு தந்தான். பிறகு அவளிடம், “ஏன் கமிஷன் வேண்டாமுன்னு சொன்னீங்க” என்று கேட்டான்.

அருந்ததி, “என்னையை உங்களுக்குத் தெரியலையா” என்று கேட்டாள். அவனுக்கு உண்மையிலே அவள் யாரென்று தெரியவில்லை. அவள் வீரசிவாஜியிடம், “என்னை நீங்களும் உங்க அம்மாவும் பொண்ணு பார்க்க வந்தது ஞாபகமிருக்கா. மறந்துட்டீங்களா” என்று கேட்டாள். வீரசிவாஜிக்கு அப்போதுதான் அவன் அம்மாவுடன் சொக்கப்பன்புரத்திற்குப்போய் பெண் பார்த்துவிட்டு வந்தது நினைவிற்கு வந்தது. இவ்வளவு அழகான பெண்ணை ஏன் திருமணம் செய்யாமல் விட்டுவிட்டோமென வருந்தியவனாக அவளிடம், “உனக்குக் கல்யாணமாகிடுச்சா” என்று கேட்டான். அருந்ததி, “கல்யாணமாகிடுச்சு. மூணுமாத்தைக்கு முன்னாடி. எங்க வீட்டுக்காரரும் இந்த ஊருதான்” என்றாள். வீரசிவாஜி தனது சைக்கிள் ஹாண்ட்பாரில் தொங்கிய பையிலிருந்து மிக்ஸர் பொட்டலத்தை எடுத்து அவளுக்குத் தந்தான். அவள் வேண்டாமென்று சொல்லாமல் வாங்கிக் கொண்டாள்.

மிக்ஸர் பொட்டலத்தை வாங்கி முகர்ந்து பார்த்து விட்டு, “பஸ் ஸ்டாண்டுக்குள்ளே மிக்ஸர்கடை வைச்சிருந்தீங்க. கடை இல்லையா” என்று கேட்டாள்.

வீரசிவாஜி, “கடை இருக்கு. இந்த வேலை காலையிலே. மிக்ஸர்கடைக்கு மதியத்துக்குப் பிறகு போவேன். இப்போ அம்மா இருக்காங்க” என்றான். அவள் அவனிடம், “உங்கம்மா நல்லாயிருக்காங்களா. ஆசையா எனக்கு பூவெல்லாம் வைச்சுவிட்டாங்க” என்று அவனது முகத்தைப் பார்த்தபடி பேசினாள். அவள் தனது முகத்தைப் பார்த்துப் பேசியது அவனுக்கு வெட்கமாக இருந்தது. அருந்ததி அவனது வெட்கத்தைப் புரிந்துகொண்டவள் போல, “உங்களுக்கு கல்யாணமாகிடுச்சா” என்று கேட்டாள். வீரசிவாஜி அவளிடம் கல்யாணம் முடிஞ்சிருச்சு என்று பொய் சொன்னான். அவனுக்கு அருந்ததியின் கணவனைப் பார்க்கவேண்டும். அவன் எங்கிருக்கிறான். என்ன வேலை செய்கிறான் என்று தெரிந்து கொள்ள ஆசைப்பட்டான். ஆனால் அவளிடம் கேட்பதற்கு தைரியமில்லை. கேட்காமல் அங்கிருந்து நகர்ந்தான். சற்று தொலைவு நகர்ந்து வந்து சைக்கிள் மேலேறி அமர்ந்து ஓட்ட நினைத்தவன் திரும்பிப் பார்த்தான். பங்களாவின் வாசலில் அருந்ததி தன்னைப் பார்த்தபடி நின்றிருப்பது தெரிந்தது. அவள் வீரசிவாஜி திரும்பிப் பார்க்கக் காத்திருந்தது போலத் தனது கையை உயர்த்தி அசைத்தாள். அவள் கையை அசைத்து சிரித்தது அவனுக்குத் தெரிந்தது. அவனும் பதிலுக்கு கையை அசைத்து சிரித்தான்.

அருந்ததியின் சிரிப்பைப் பார்த்ததிலிருந்து அவனது மனம் நிம்மதியற்றுப் போனது. அவனால் சைக்கிளை முன்போல வேகமாக அழுத்த முடியவில்லை. ஏன் அவளைப் பார்த்தோம். அவளைப் பார்க்காமலேயே இருந்திருக்கலாமென்ற கவலையோடு மரத்தடியில் சைக்கிளை நிறுத்தினான். இரண்டு மரங்களுக்குத் தள்ளியிருந்த குப்பைமேட்டில் கூடியிருந்த காகங்களின் இரைச்சல் குழப்பத்தை உண்டாக்கியது. சைக்கிளைத் திருப்பி வீட்டிற்குச் சென்றுவிடலாமா என்று யோசித்தான். கடையைத்

திறந்து வைத்திருந்தால் தன்னைத் தேடி வரும் கல்லூரி மாணவர்களிடம் கேலியும் கிண்டலுமாகப் பேசலாம். அப்படி பேசினால் தனது கவலைகள் தீர்ந்துவிடுமென சைக்கிளைத் திருப்பி வீட்டுக்குச் செல்லும் பாதையில் ஓட்டினான்.

நாள் முழுக்க அவனுக்கு மனம் சுமையாக இருந்தது. அழுத்தமான மனதுடன் கடையில் அமர்ந்து வியாபாரம் செய்தான். ஒரு வியாபாரத்தில் மீதி சில்லறையை எச்சாகவும், மற்றொரு வியாபாரத்தில் குறைவாகவும் தந்து ஆட்களில் பேச்சுவாங்கினான். அவனுக்கு கடையில் அமர்ந்து வியாபாரம் செய்வதற்கு மனதில்லை. அருந்ததியிடம் தனக்கு கல்யாணம் முடிந்துவிட்டது என்று ஏன் பொய் சொன்னோம் என்று தன் மேல் கோபம் கொண்டவனாக எழுந்து பேருந்துநிலையத்திற்குள்ளிருந்த ஹோட்டலுக்குச் சென்று முகங்கழுவினான். யாருடனாவது பேசிக்கொண்டிருந்தால் தனது கவலைகள் மறந்துபோகுமெனப் பேசுவதற்கு ஆட்களைத் தேடினான். ஒவ்வொரு கடையாகச் சென்று எட்டிப் பார்த்தான். பக்கத்துக் கடையிலிருந்தவர் கடைக்குள் பேப்பரை விரித்து கால்களை மடக்கிவைத்து உறங்கிக்கொண்டிருந்தார். அடுத்த கடைக்காரர் டி.வியில் படம் பார்த்துக் கொண்டிருந்தார்.

பேருந்துநிலையத்தில் நடந்து போகும் பெண்களை வேடிக்கை பார்த்தான். தான் பார்க்கும் ஒவ்வொரு பெண்களும் அருந்ததியைப் போலிருந்தது அவனுக்கு மேலும் கவலையை உண்டாக்கியது. கண்களை மூடினான். கண்களைத் திறந்து முழித்துப் பார்த்தான். தன்னிடம் தந்துவிட்டுச் சென்ற கல்லூரி மாணவர்களின் நோட்டுக்கை எடுத்து ஒவ்வொரு பக்கமாகப் பார்த்தான். அவனால் ஆங்கில எழுத்துக்களைப் படிக்க முடியவில்லை. தன் முன்பாக கட்டுக்கட்டாக கிடக்கும் நியூஸ் பேப்பர்களைப் பார்த்தான். இந்த வியாபாரத்தினால் தானே அருந்ததியைப் பார்க்க முடிந்தது. மிக்ஸர்கடையில் உட்கார்ந்திருந்தால் எப்படி அவளைப் பார்த்திருக்க முடியும் என்று பேப்பர் கட்டை ஓங்கி எத்தினான். அவனுக்கு ஆத்திரமாக வந்தது. தரையில் கிடந்த பேப்பர் கட்டிலிருந்து ஒரு பேப்பரை உருவி எடுத்து வேண்டுமென்றே கடையின்

முன்பாக நின்றிருந்த நாயிக்கு முன்பாகப் போட்டான். நாய் மோந்து பார்த்து விட்டு காலைத் தூக்கி மூத்திரம் பெய்தது. நாய் கூட மதிக்காது என்பது இதுதான் போலிருக்கிறது என்று நினைத்தான்.

3

அமுல்ராஜ் ஹோட்டலுக்கு ஆட்டுக்கறி எடுத்துத் திரும்பும் போது, "பத்து காசுகூட தர்றேன், ஐம்பது பைசா சேர்த்துத்தர்றேன் பேப்பரைக் கட்டிக் கொண்டாங்க" என்று தான் வாடிக்கையாக ஹோட்டலுக்கு வாங்கும் பழைய நியூஸ் பேப்பர் விற்கும் கடைக்காரரிடம் சொன்னான். அமுல்ராஜ் பழைய பேப்பர் வாங்குகிறான் என்று தெரிந்ததும், ஹென்றிஇமானுவேல் சார் தன் வீட்டில் சேர்ந்திருக்கும் பேப்பர்களையும் புத்தகங்களையும் கட்டி எடுத்துக் கொண்டு வந்து அவனிடம் தந்தார். இமானுவேல் சார் பழைய பேப்பருக்கென காசு எதுவும் வேண்டாமெனச் சொல்லிவிட்டு, ஒரு மணிநேரமாக ஹோட்டலுக்கு முன்பாக நின்று ராம்சுந்தரைப் பற்றிப் புலம்பினார். அதைப் பொறுமையோடு கேட்டான் அமுல்ராஜ். இமானுவேல் சார் பேசியதைக் கேட்டது அவனுக்கு குளிர்க் காய்ச்சல் வந்தது போலிருந்தது. இமானுவேல் அவனுக்கு அம்மாவின் வழியில் உறவுக்காரரர். ராம்சுந்தர் அவனை மாமா என்று அழைப்பான். இமானுவேல் ஹோட்டலிலிருந்து சென்றதும் அவன் கல்லாப்பெட்டியிருக்கும் மேடை மேலேறி அமர்ந்துகொண்டான். மின்விசிறிகளைச் சுழலவிட்டான். சப்ளையர்கள் ஆட்கள் உட்கார்கிற இடம் பார்த்து சப்ளை செய்யக் காத்திருந்தனர். அடுப்பு மேட்டில் தண்ணீர் தெளித்துவிடும் ஓசை கேட்டது. ஆட்கள் ஒவ்வொருவராக வரத்தொடங்கினார்கள்.

அமுல்ராஜுக்குச் சிரிப்பாகத்தான் வந்தது. ஹோட்டலில் ஆம்லெட் சப்பாத்திக்காக ஜனங்கள் கூட்டமாக நிற்பதைப் பார்க்கும் போது அவனுக்கு இப்படி சிரிப்பு வரும். சமையலறைக்குள் நின்று குலுங்கிக் குலுங்கிச் சிரித்தான்.

வாடிக்கையாளர்கள் முன்பாக சிரிக்கக்கூடாது என்று சமையலறைக்குள் நுழைந்து யாருடனாவது போனில் பேசுவது போலப் பேசியபடி சிரிப்பான். அமுல்ராஜின் அப்பா முதலில் முட்டைக்கடைதான் வைத்திருந்தார். முட்டைக்கடையோடு பழைய பேப்பரும் சாக்குப் பையும் வாங்கி விற்று வந்தார். புரோட்டா கடையை தொடங்கியது தற்செயலானதுதான். புரோட்டா கடைக்கு முட்டையும் பழைய பேப்பரும் கொண்டு போய்த் தந்த போது சிறிது நேரம் புரோட்டா அடிப்பதை வேடிக்கைப் பார்த்துக்கொண்டிருந்தார். ஒரு கிலோ மைதா மாவில் எத்தனை புரோட்டா செய்கிறார்கள் எலும்புக் கறியில் தேங்காய் அரைத்து ஊற்றி குழம்பு வைத்துத் தருகிறார்கள் என்பதை தினமும் கவனித்து வந்தார். மறுமாதத்திலிருந்து முட்டைக்கடை காலி செய்துவிட்டு புரோட்டா கடையைத் தொடங்கினார்.

அமுல்ராஜுக்கு இதையெல்லாம் நினைக்கும்போது சிரிப்பாகத்தான் இருக்கும். அவன் சமையலறைக்குள் நின்று சிரிப்பதை புரோட்டா மாஸ்டரும் தோசை மாஸ்டரும் பார்த்தார்கள். அவர்கள் புதிதாக வேலைக்கு வந்திருப்பவர்கள். வேலைக்கு வந்து பத்து நாட்கள் முடிந்திருக்கிறது. தனது கடைக்கு சரியாக சப்ளையர்கள் அமையவில்லை என்கிற வருத்தம் அவனுக்கு உண்டு. வேலைக்கு வரும் சப்ளையர்கள் உள் கமிஷன் வேலை செய்கிறார்கள். சாப்பிட்டதை குறைத்துச் சொல்லி பில் போடுகிறார்கள். அவனது அப்பா இருக்கும் போது இதையெல்லாம் எப்படி சமாளித்தார் என்று யாரிடமாவது கேட்டுத்தெரிந்து கொள்ளவேண்டுமென ஆளைத் தேடினான். யாரும் சிக்கவில்லை. தெய்வக்கனியிடம் யோசனை கேட்டாள். அவள்தான் மாதத்திற்கு ஒருதடவை சப்ளையர்களை மாற்றவேண்டும் என்கிற யோசனையைச் சொன்னது.

மாதத்திற்கு ஒரு தடவை சப்ளளையர்களை மாற்றினாலும் வாடிக்கையாளர்களும் நியாயமில்லாமல் பில்லிற்கு பணத்தைக் கொடுத்துவிட்டு சப்ளையர்களுக்குத் தனியாக பணம் தருவதை அவனே பல முறை நேரில் பார்த்திருக்கிறான். முதலில்

மாஸ்டர்கள்தான் அவனுக்குத் தொந்தரவாக அமைந்தார்கள். தினமும் ஐநூறு கொடு ஆயிரம் கொடு என்று வியாபார நேரத்தில் கல்லாவிற்கு முன்பாக வந்து நிற்பார்கள். மாஸ்டர்கள் இதற்காகவே வீட்டிலிருந்து மனைவிகளை, பிள்ளைகளை வரவழைத்து அழச்செய்வார்கள். அதையெல்லாம் கடந்துதான் அமுல்ராஜ் பஜாரில் கடை வைத்து ஆம்லெட் சப்பாத்தி கடை என்று பெயர் வாங்கி உட்கார்ந்திருக்கிறான்.

ஆம்லெட் சப்பாத்தியைக் கண்டுபிடித்தது அவன்தான். பஜாருக்குள் கலக்கி ஆம்லெட், குழம்பு ஆம்லெட் என்று ஹோட்டல்காரர்கள் பலரும் அவனை பயமுறுத்திய வேளையில் அவன் ஆம்லெட் சப்பாத்தியை அறிமுகம் செய்தான். ஆயிரம் நோட்டீஸ் அடித்து பஸ் ஸ்டாண்ட் முழுக்கத் தந்தான். முதல் நாள் யாரும் அதை விரும்பவில்லை. வழக்கமாக ஹோட்டலுக்கு வரும் வாடிக்கையாளர்கள் மட்டும் வந்து சென்றனர். அவன் ஒன்றும் கவலையடையவில்லை. ஊரில் கிரிக்கெட் மேட்ச் விளையாடி விட்டு வரும் ஆட்டக்காரர்கள் புரோட்டா சாப்பிட வந்த நாளிலிருந்துதான் ஆம்லெட் சப்பாத்தி பிரபல்யமானது.

கிரிக்கெட் ஆட்டம் முடிந்த தினத்தில் ஹோட்டலுக்கு வந்து புரோட்டா சாப்பிட வந்த ஆட்டக்காரர்களுக்கு புரோட்டா இல்லையென்றும் பதிலாக ஆம்லெட் சப்பாத்தி இருக்கிறது என்று பொய் சொல்லும்படி சப்ளையர்களை அழைத்து அமுல்ராஜ் சொன்னான். பசியோடிருந்த ஆட்டக்காரர்களும் ஆம்லெட் சப்பாத்தியைச் சாப்பிட்டனர். சாப்பிட்டவர்கள் கைகழுவி பில்லுக்கு பணம் தரும் போது அமுலுக்கு கைகுலுக்கி “நல்லாயிருக்கு அண்ணே. புது டேஸ்ட்டா இருந்துச்சு அண்ணே இரண்டு ஆம்லெட் சப்பாத்தி வீட்டுக்குக் கட்டிக் கொடுங்க” என்று பார்சல் வாங்கி சென்றனர்.

இது நடந்து மூன்று தினங்களுக்குப் பிறகு ஆம்லெட் சப்பாத்தியின் விலையை ஒருமடங்கு அதிகமாக்கியதோடு பார்ச்சலுக்குத் தனி விலை என்றும் ஹோட்டலில் அமர்ந்து சாப்பிடுவதற்குத் தனி விலை என்றும் போர்டு வைத்தான். தேனியிலிருந்தும் பக்கத்து ஊர்களிலிருந்தும் இளைஞர்கள்

மில்லில் வேலை செய்பவர்கள் கல்லூரி மாணவர்கள் என்று பலரும் ஹோட்டலுக்கு சாப்பிட்டனர். ஞாயிற்றுக்கிழமையில் குடும்பத்துடன் அவனது கடைக்கு வந்து ஆம்லெட் சப்பாத்தி சாப்பிடுவது உலகத்தில் தங்களுக்குக் கிடைத்திருக்கும் மிகப்பெரிய இன்பம் என்று ஆண்களும் பெண்களும் குழந்தைகளும் நினைத்தார்கள். இதன் மூலம் அமுல்ராஜின் கடை மாவட்டம் முழுவதும் பிரபல்யமடைந்தது என்ற போதிலும் இதே வழிமுறையை ஊரில் பலரும் பின்பற்றி அவனுக்குப் போட்டியாக வந்தனர். சென்னையிலிருந்து வந்த தனியார் தொலைக்காட்சி ஒன்றிலிருந்து அவனைப் பேட்டி எடுத்தனர். ஆம்லெட் சப்பாத்தியைப் பற்றி உலகம் முழுக்கப் பரவியது. ஆம்லெட் சப்பாத்தியை வாங்க கேரளாவிலிருந்து வாரந்தோறும் வரும் சங்கரன்குட்டி தனது ஆட்களுடன் ஆம்லெட் சப்பாத்திக்கடைக்குப் போய் சாப்பிட ஆரம்பித்தார். அவரைத் தொடர்ந்து மற்ற கேரளாக்காரர்களும் தங்களது ஜீப்பை அமுலின் கடைக்கு முன்பாக நிறுத்திவிட்டு ஹோட்டலுக்குச் சென்றனர். ‘அமுல்ராஜ் ஆம்லெட் சப்பாத்தி’ என்று கையெடுத்து வணங்கியபடி அமுல்ராஜ் தனது ஹோட்டலின் முன்பாக நின்றிருக்கும் விளம்பரத்தைச் செய்தித்தாளில் தந்தான். அமுல்ராஜுக்கு இதையெல்லாம் நினைக்கும் போது சிரிப்பாகத்தான் வரும்.

அவனது ஹோட்டலிலிருந்து விலகிய மாஸ்டர் ஊருக்குள்ளிருக்கும் மற்ற ஹோட்டலில் வேலை செய்தார்கள். அதே மாஸ்டர்தான் என்ற போதிலும் அமுல்ராஜ் கடை ருசியில்லையென வாடிக்கையாளர்கள் அவனது கடைக்குச் சென்றனர். அவனது கடையில் செய்து தரும் ஆம்லெட் சப்பாத்தி போலில்லை என்று சாப்பிட்டவர்கள் சொன்னதைக் கேட்ட பிற ஹோட்டல்காரர்கள் “இரண்டு சப்பாத்திக்கு நடுவிலே ஒரு ஆம்லெட்டை வைச்சுத் தர்றான். அதுக்கு இந்த அலப்பறை. நானும் சாப்பிட்டுத்தான் பார்த்தேன். ருசியாத்தான் இருக்கு. அமுல்ராஜ் இதுக்குன்னு தனியா பண்ணையிலே சொல்லி கோழி முட்டையை வாங்கிட்டு வர்றான் போல” என்று ஒருவரும், “அவன் முட்டை வாங்குற இடத்தை

கண்டுபிடிக்கணும்” என்று மற்றொருவரும் பேசிக்கொண்டனர். பஜாரில் ஒவ்வொரு ஹோட்டலிலும் ஒவ்வொரு தினுசாக ஆம்லெட் சப்பாத்தி போட்டுத் தந்தார்கள். ஒரு ஹோட்டலில் ஆம்லெட் வெந்தும் வேகாமலும் இன்னொரு கடையில் சப்பாத்தி கருகியும் செய்து தந்ததால் அவர்களுக்கு அப் பண்டம் தோல்வியைத் தந்தது. அமுல்ராஜ் ஹோட்டலில் மட்டுந்தான் இரண்டு மிருதுவான சப்பாத்திகளுக்கு இடையில் ருசியான ஆம்லெட் வைத்து சாப்பிடுகிற சுவை இருந்தது. சாப்பிடுபவர்கள் பலரும் அனுபவித்து உண்டனர்.

ஆம்லெட் சப்பாத்தியை முதலில் சாப்பிட்டு ருசி பார்த்தது அமுலின் மனைவியும் அவளது அத்தை மகளுமான தெய்வக்கனிதான். சாப்பிட்டுப் பார்த்துவிட்டு பல மாற்றங்கள் செய்தாள். சாப்பாத்தியைச் சிறிய அளவாக மாற்றி, சாப்பாத்தியை விட்டு ஆம்லெட் வெளியேறாதபடி இருக்கவேண்டுமெனவும் அதன் கன அளவு சப்பாத்தியின் கனத்தை விட பாதியளவு இருக்கவேண்டுமெனவும் திட்டமிட்டாள். தெய்வக்கனி நாள் முழுக்க பல தடவை பல வடிவங்களில் பல ஆம்லெட் சப்பாத்திகளைச் செய்து பார்த்தாள். ஒரேநாளில் அவள் நாற்பது ஆம்லெட் சப்பாத்தியைச் செய்து தோல்வி அடைந்தாள். தெய்வக்கனி மனதில் நினைத்ததை அவளால் அடையமுடியவில்லை. நள்ளிரவு பனிரெண்டு மணிக்கு அமுல்ராஜுடன் சேர்ந்திருந்த போது, அவனை விலக்கிவிட்டு சமையலறைக்கு ஓடி அடுப்பைப் பற்ற வைத்தாள். வெங்காயத்தை நூல்போல நறுக்கி, ஏற்கனவே தோல்வியுற்ற வடிவத்திலிருந்த ஒவ்வொரு வெற்றிகரமான அம்சத்தையும் இணைத்து புதிதாக நாற்பத்தியொராவது ஆம்லெட் சப்பாத்தியைச் செய்தாள். அவள் மனதிற்குள்ளிருந்த வடிவமும் ருசியும் அந்த ஆம்லெட் சப்பாத்தியில் இருந்ததை அவள் சுட்டு எடுக்கும் முன்பாக அதன் நிறத்தைக் கண்டு தெரிந்துகொண்டாள். தெய்வக்கனி தனது கணவனை எழுப்பி சூடாக ஆம்லெட் சப்பாத்தியைத் தந்தாள். அவன் சாப்பிட்டான். “எவ்வளவு ருசியா இருக்கு, எவ்வளவு மெதுவா இருக்குதெரியுமா. நீயும் சாப்பிட்டுப்பாரு” என்று சொல்லியவன் அவளது உடையற்ற உடம்பைப் பார்த்தான்.

தெய்வக்கனியும் அப்போதுதான் தன்னைப் பார்த்தாள். இவ்வளவு நேரமும் உடையில்லாமலா சமையலறையில் நின்றிருந்தோம். அடக்கடவுளே யேசப்பா" என்று தலையில் அடித்துக்கொண்டு இரவு உடையை உடுத்தினாள். அன்றிலிருந்து அவள் ஆம்லெட்டும் சாப்பிடுவதில்லை. சப்பாத்தியும் சாப்பிடுவதில்லை.

"ஊரெல்லாம் உங்க வீட்டுக்காரரூ செஞ்சுத்தர்றா ஆம்லெட் சப்பாத்தியைத்தான் சாப்பிடுறாங்க. உங்களுக்கு ஏன் பிடிக்கமாட்டேங்குது" என்று பலரும் அவளிடம் கேட்பார்கள். அவள் சிரித்துக்கொள்வாள். பதில் எதுவும் பேசமாட்டாள். அமுல்ராஜுக்கு வருத்தமிருக்கத்தான் செய்தது. சில நாட்கள் ஹோட்டல் அடுப்பில் வேகும் சப்பாத்தியைப் பார்த்து கண்களை மூடிக்கொள்வான். மாஸ்டர்களைப் பார்த்தும் சப்ளையர்களைப் பார்த்தும் கோபமாகத் திட்டுவான். பிறகு கல்லாவில் அமர்ந்துகொண்டு ஏதாவது பாட்டுக் கேட்பான். ஆம்லெட் சப்பாத்தி வாங்க வந்திருக்கும் வாடிக்கையாளர்களிடம் பேச்சுத்தருவான். ஆம்லெட் சப்பாத்தியின் வழியாக தெய்வக்கனியின் நிர்வாணத்தை அனைவரும் பார்க்கின்றனர் என்பதுபோல அவனுக்கு மனஅழுத்தம் உண்டாகும். அவளது நிர்வாணத்தைத்தான் தான் விற்று காசாக்கிக்கொள்கிறோமா என்று பலமுறை யாருக்கும் தெரியாமல் அழுதிருக்கிறான். ஆம்லெட் சப்பாத்தி இல்லையென்று நிறுத்திவிடலாமா என்று யோசித்துக் கொண்டிருந்த வேளையில் தான் வட்டக்கல் சங்கரன்குட்டி ஒரு டன் இங்கிலீஷ் நியூஸ் பேப்பர் வேண்டுமென அவனிடம் வந்து நின்றார். அவனும் தனது தொழிலை மாற்றிக்கொள்ள இதையொரு சந்தர்ப்பமாகப் பயன்படுத்திக்கொள்ளலாமென முயற்சி செய்தான்.

தேனியிலிருக்கும் குடவுன்காரனிடம் பேப்பர் வேண்டுமென இரண்டு தடவை போன் செய்தான். முதல் தடவை சரி என்று சொல்லியவன் இரண்டாவது தடவை "வட்டக்கல்லுக்காரனுக்கா நான் பேப்பர் தரமாட்டேன்.

ஏங்கிட்டே வாங்கிட்டு இருந்தவன். இப்போ உன்கிட்டே வந்து ரூட்டை மாத்துறானா. அண்ணாசி நீங்க ஒதுங்கிக்கிடுங்க. வேண்டாம். தேவையில்லாமல் புரோட்டா கடையை விட்டு பேப்பருக்கு மாறி தொழிலுக்கு வந்து ஏமாந்துட்டு போகாதீங்க. வட்டக்கல்லு இரண்டு லோடு பேப்பருக்கு காசு தரணும். பணத்தை நிறுத்தி வைச்சிருக்கான். மலேஷியா சிங்கப்பூருன்னு அடிச்சு விடுவான். பலாப்பழத்தைச் சுருட்டி விக்கிறதுக்குத்தான் பேப்பரு. வேறெதுக்கு கேரளாக்காரனுக்கு பேப்பரு" என்று சொல்லிவிட்டான். அதன் பிறகு அமுல்ராஜுக்கு என்ன செய்வது என்று தெரியவில்லை.

4

ராம்சுந்தர் கல்லூரிக்கு தினமும் வருவதை முதல்வர் கவனித்து வந்தார். புத்தகமும் டிபன்பாக்ஸுமாக அவன் புல்லட்டில் வந்து இறங்குவதிலிருந்து வகுப்பிற்குள் செல்வதுவரை தினமும் அவர் தனது அறையின் வாசலிலிருந்து பார்த்தார். வாரத்தில் ஒருநாள் மட்டும் கல்லூரிக்கு வருகிறவன், இப்போது தினமும் எதற்காக வருகிறான் என தனது விசுவாசமான ஊழியர்களிடம் விசாரித்தார். விசுவாசிகளும் அவனைப் பின்தொடர்ந்து கவனித்து வந்தனர். கல்லூரிக்கு வெளியே இருக்கிற டீக்கடையிலும் கல்லூரியின் கேன்டினிலும் ஏதாவது தகராறு செய்வதற்காக வந்திருக்கிறானா என அவர்கள் தினமும் நோட்டமிட்டனர். அவர்கள் நினைத்தது போல எதுவும் நடக்கவில்லை. ராம்சுந்தர் தனது துறை பேராசிரியர்களைத் தவிர பிறத்துறை தலைவர்கள் மற்றும் பேராசிரியர்களுக்கெல்லாம் காலை வணக்கம், மதிய வணக்கம், மாலை வணக்கம் என்று மரியாதையுடன் நடந்து கொள்வதைப் பார்த்து அவர்கள் ஒரு பக்கம் சிரித்தாலும் மற்றொரு பக்கம் ஏதாவது பெரிய அளவில் அசம்பாவிதம் நடக்கப்போகிறதோ என அச்சமடைந்தார்கள். பிறகு எதற்காக குடிகாரன் தினமும் கல்லூரிக்கு வந்து இப்படி நடந்து கொள்கிறான் என யோசித்தார்.

ராம்சுந்தர் தினமும் மதிய உணவு இடைவேளையின் போது

நூலகத்திற்குச் சென்றான். அமைதியாக அமர்ந்து புத்தகங்களை வாசித்தான். கூடவே பழைய செய்தித்தாள்களை எங்கு கட்டி வைத்திருக்கிறார்கள் அதை எப்போது எங்கு எந்த பழைய பேப்பர்க்காரனுக்கு விலைக்குப் போடுவார்கள் என்பதை அங்கிருந்த கிளார்க்கிடம் விசாரித்தான். ராம்சுந்தர் விசாரித்தது விசுவாசிகளின் மூலமாக முதல்வருக்குச் சென்றது. எதற்காக பழைய பேப்பரைப் பற்றி விசாரிக்கிறான் என்று மேலும் குழப்பமடைந்தவர் கூடுதலாகக் கண்காணிப்பதற்கு ஆட்களை நியமித்தார். முதல்வருக்கு எப்போதும் அவனைப் பற்றிய சிந்தனையாக இருந்தது. அவனை கல்லூரியை விட்டு விரட்டுவோம் என்று திட்டமிட்டார்.

ஹென்றிஇமானுவேலுவுக்கும் கல்லூரிமுதல்வர் யேசுதாஸ் செல்லப்பனுக்கும் ஒருமுறை சர்ச் டைனிங் ஹாலில் வைத்து வாய்த் தகராறு ஏற்பட்டது. அங்கு வந்திருந்த ராம்சுந்தர் அவர்களது சண்டையைப் பார்த்துவிட்டு முகத்தைத் திருப்பிக்கொண்டு சென்றான். கல்லூரியில் மட்டுமல்ல வெளி இடங்களிலும் தன்னை மதிப்பதில்லை எனகிற குற்றச்சாட்டைப் புதிதாக அவர் கொண்டு வந்தார். இமானுவேல் இதெல்லாம் சகஜமான விஷயந்தான், பின்னாளில் சரியாகப் போய்விடும். கல்லூரி விஷயத்தை கல்லூரியில் மட்டுந்தான் பேசவேண்டும் பொது இடத்தில் இப்படிப் பேசி தன்னையும் தனது மகனையும் அசிங்கப்படுத்தக்கூடாது செல்லப்பா என்று இமானுவேல் கத்தினார். இமானுவேல் அப்பா தனக்காக பரிந்து பேசியதைப் பார்த்த ராம்சுந்தர் வீட்டில் சிகரெட் குடிப்பதை நிறுத்தினான். கக்கூஸில் சிகரெட் புகைப்பதில்லை. இமானுவேல் அப்பா நடந்து செல்லும் வழியிலும் அவர் நின்று பேசும் பொது இடங்களிலும் சிகரெட் புகைப்பதை நிறுத்தினான்.

ராம்சுந்தர் நூலகத்திலிருக்கும் பழைய பேப்பர்களை விலைக்கு வாங்குகிற விஷயத்தை அங்கிருக்கும் நூலகருடனும் கிளார்க்கிடமும் ரகசியமாகப் பேசினான். அவர்களுக்கு கமிஷன் தருவதாகவும் ஆசை காட்டினான். கிளார்க்கும் நூலகரும் “தொடர்ந்து வாங்கிட்டு இருக்கிறவருக்கு நிறுத்திட்டு

உனக்கு தர்றது நல்லது இல்லே. ஒருதடவைதான் நீ வாங்குவே. பேப்பர்க்காரரு வருஷக்கணக்கா வாங்கிட்டு இருக்காரு. இது நாங்க எடுக்கிற முடிவு இல்லை. பிரின்ஸ்சு பார்த்து யாருக்குக் கொடுன்னு சொல்லுறாரோ அவருக்கு எடையைப் போட்டு லாரியிலே ஏத்திவிடுவோம். நீ ஏங்கிட்டே கேட்ட இந்த விஷயம் பிரின்ஸ்சுக்குத் தெரிஞ்சுச்சுன்னா எங்களை சஸ்பெண்ட் செய்துடுவாரு" என்று சொன்னார்கள்.

அந்தச் சமயத்தில் புதிதாக தினச்சம்பளத்திற்கு அட்டெண்டர் முத்து நூலகத்திற்கு வேலைக்குச் சேர்ந்தான். அவன் தினமும் யாருக்கும் தெரியாமல் சிகரெட் புகைப்பதற்கு கல்லூரி கேண்டீனுக்குப் பின்பாகவுள்ள கக்கூசுக்குப் போய் வருவான். அவனைத் தற்செயலாகப் பார்த்த ராம்சுந்தர் அவனுக்கு சிகரெட் வாங்கிக் கொடுத்துப் பழகினான். இருவரும் அதற்குப் பிறகு பார்க்கும் போதெல்லாம் சிரித்துக் கொள்வதும் சிகரெட் புகைக்கலாமா டீ குடிக்கலாமா என்று கேட்டுக்கொள்வார்கள். முத்துவை சந்திக்கும் வரை நம்பிக்கை இழந்திருந்தவன் திடீரென புதிதாகப் பல திட்டங்களை உருவாக்கினான்.

கல்லூரி நூலகத்திலிருக்கும் பழைய பேப்பர்களை ஏன் காசு கொடுத்து வாங்க வேண்டும். முத்துவை வைத்து பேப்பர்களைத் திருடலாமென முடிவு செய்தான். முத்துவை ஞாயிற்றுக்கிழமை சரக்கு குடிப்பதற்கு அழைத்துச் சென்றான். முத்து, நல்ல போதையிலிருக்கும் போது விஷயத்தைச் சொன்னான். முத்து போதையிலிருந்தாலும் அவன் சொல்லியதைக் கேட்டதும் பயந்து தன்னால் திருட முடியாது என்று சொன்னான். ராம்சுந்தர் அவனுக்கு பணம் தருவதாகச் சொன்னவுடன் ஒத்துக்கொண்டான்.

இரண்டு தினங்களுக்குப் பிறகு ராம்சுந்தரை அவன் கக்கூசுக்குப் பின்பாக அழைத்துச் சென்றான். பத்துக் கட்டுக்கும் மேலாக பழைய பேப்பர்கள் அங்கு கிடந்தது. முத்து அதன் மேல் குத்துச்செடிகளையும் பழைய துணிகளையும் போட்டு மூடி வைத்திருந்தான். முத்து, "எப்படி நம்ம வேலை" என்று சொன்னதும் சுந்தர் சிரித்தான். யாருக்கும் தெரியாமல் கல்லூரி

காம்பவுண்டு சுவரை விட்டு வெளியேற்றிவிட்டால் பிறகு தான் கொண்டு சென்றுவிடுவதாக ராம்சுந்தர் சொன்னான். முத்து, “சாயங்காலத்திற்குள்ளே இன்னும் கொஞ்சம் பேப்பர் கட்டை எடுத்துட்டு வந்துருவேன். எனக்கு கிலோவுக்கு எவ்வளவு கமிஷன் தருவே” என்று ராம்சுந்தரிடம் கேட்டான்.

முத்து அன்று மாலை கல்லூரி முடிவதற்குள் மேலும் சில பேப்பர் கட்டுகளைக் கொண்டு வந்து கக்கூசுக்குப் பின்பாக ஒளித்து வைத்தான். கட்டுகளின் மேல் அந்தந்த மாதத்தின் பெயரும் செய்தித்தாள்களின் பெயரும் எழுதியிருந்தது. கல்லூரி முடிந்ததும் முத்து, தனது சைக்கிளின் பின்பாக பேப்பர் கட்டுகளை வைத்து மெயின் கேட்டைத் தாண்டிவிடுவதற்கு வேகமாக ஓட்டிச் சென்றான். கல்லூரியின் மெயின் கேட்டைக் கடக்கும்போது, அங்கு நின்றிருந்த வாட்ச்மேன் அவனைப் பிடித்து நிறுத்தினான். கல்லூரி முதல்வருக்கு போன் செய்து விஷயத்தைச் சொன்னான்.

அன்றிரவு முதல்வரின் அறையில் விசாரனை நடைபெற்றது. ராம்சுந்தர்தான் பேப்பரை எடுத்துக்கொண்டு வரச்சொன்னான் என்று முத்து குற்றத்தை ஒப்புக்கொண்டான். ராம்சுந்தரை குற்றவாளி என முடிவு செய்த நிர்வாக கமிட்டியார் அவனை நிரந்தரமாக கல்லூரியை விட்டு நீங்குவதெனவும், முத்துவை தற்காலிகமாக வேலையிலிருந்து நீக்கி வைத்திருப்பதாகவும் தீர்மானம் நிறைவேற்றினர். கல்லூரி முதல்வர் மறுநாள் செய்தித்தாளில் இது சம்பந்தப்பட்ட செய்திவரவேண்டுமென்றும் செய்தியில் ராம்சுந்தரின் புகைப்படம் இடம்பெற வேண்டுமெனத் தனது விசுவாசிகளிடம் உறுதியாகச் சொல்லிவிட்டார். ராம்சுந்தர் கல்லூரியிலிருந்து நீக்கியது தவறானது என்று மாணவர்கள் பலரும் கல்லூரியின் முன்பாக நின்று குரல் கொடுத்தனர்.

முதல்வர் ராம்சுந்தருக்கு ஆதரவாக யார் முன் நின்று போராடினாலும் அவர்களையும் கல்லூரியிலிருந்து நீக்கப்போவதாகச் சொன்னார். கூட்டத்திலிருந்தவர்கள் யாரும் வெளியேறவில்லை. முதல்வரை எதிர்த்து

நிற்கும் மாணவர்களுடன் மேலும் சில மாணவர்களும் சேர்ந்து கொண்டனர். தனக்கு எதிராகக் கூட்டம் சேரத் தொடங்கியதைப் பார்த்துவிட்டு, கல்லூரியை காலவரையற்று மூடிவிடுவதாக நோட்டீஸ் ஒட்டச் செய்தார். ராம்சுந்தரின் நண்பர்கள் வீட்டிற்கு வந்து அவனுக்காக கடைசிவரை போராடுவதாகச் சொன்னார்கள். ஆனால் ராம்சுந்தர் வேண்டாமென மறுத்துவிட்டான். ராம்சுந்தருக்கு அவனது அப்பாவைப் பார்ப்பதற்கு சங்கடமாக இருந்தது. வீட்டிற்கு வந்த அமுல்ராஜ் அவனது கன்னத்தில் அடித்து, “நீயெல்லாம் கர்த்தரை கும்புடுறவன்னு வெளியே சொல்லிக்காதே. எங்களுக்கு அசிங்கமா இருக்கு. அந்தாளும் நம்ம சர்ச்சுக்குத்தானே வர்றான். என்னையை இல்லைன்னா உங்கப்பாவைக் கூப்பிட்டு சொல்லியிருக்கலாம். படுபாவி. அவன் மண்டை மூளைக்குள்ளே சாத்தான் போய் உட்கார்ந்திருக்கு” என்று திட்டினான்.

இமானுவேல், “பேப்பரிலே போட்டு அசிங்கப்படுத்திட்டான் அமுலு. இங்கிலீஷ் பேப்பர் தமிழ் பேப்பர் ரெண்டிலேயும் விஷயம் வந்துருச்சு” என்று கண்ணீர் விட்டதை அவர்களால் பார்க்க முடியவில்லை. ஹென்றிஇமானுவேல் உறவினர் பலரும் செய்தித்தாளைப் படித்துவிட்டு வீட்டுக்கு வந்தனர். ஏற்கனவே குடிகாரன் என்று பெயர் எடுத்துவிட்டான். இப்போது திருடன் என்று எல்லோரும் சொல்லட்டும் என்று இமானுவேல் தலையில் அடித்துக்கொண்டார். பிறகு ஆத்திரத்தில், “நீ என் மகனே இல்லைடா போடா எங்குட்டாச்சும்” என்று அவனது நெஞ்சைப் பிடித்து வாசல் வரை தள்ளினார். அன்றிரவு பாக்கியத்தின் அறையில் குடித்துவிட்டு படுத்திருந்த ராம்சுந்தர், நடுஇரவில் எழுந்து வெளியே சென்றான். அதன்பிறகு யாராலும் ராம்சுந்தரைக் கண்டுபிடிக்கமுடியவில்லை.

5

பாக்கியமுத்திற்கு ஊரிலிருக்கும் பழைய பேப்பர்க்காரர்களின் முகங்கள் வரிசையாக கண் முன்பாக நகர்ந்து சென்றன. ஒரு லாரியில் ஆங்கிலச் செய்தித்தாள்கள் மூடை மூடையாக

ஏற்றிக்கொண்டிருக்கிற காட்சியும் லாரியின் முன்பாக வட்டக்கல் சங்கரன்குட்டி வேட்டியைத் தூக்கிக் கட்டிக்கொண்டு நின்றிருப்பது போலவும் தெரிந்தது. பாக்கியத்திற்கு சந்தேகம் வந்தது. ஒரு டன் எடைக்கு எத்தனை கிலோ? ஒரே லாரியில் அத்தனை பேப்பர்களையும் ஏற்றிக்கொண்டு வட்டக்கல்லிற்குச் சென்றுவிடமுடியுமா? இரண்டு லோடு அடிக்கவேண்டுமா, மூன்று லோடு அடிக்கவேண்டுமா. ஒருலோடு ஏற்றிச் செல்ல எவ்வளவு பணம் கேட்பார்கள் என்றெல்லாம் அவனுக்கு சந்தேகங்கள் எழுந்தன. பாக்கியம் தனது அறையில் அடுக்கிவைக்கப்பட்டிருக்கும் பேப்பர் கட்டுகளைப் பார்த்தபடி அமர்ந்திருந்தான். அமுல்ராஜ் பேப்பர்களை அடுக்கிவைத்துவிட்டுச் சென்ற பிறகு நியூஸ் பேப்பரைப் பிரித்து கார் வீடு ஆகியவற்றின் விளம்பரத்தைத் தன்னை மறந்து பார்த்துக் கொண்டிருப்பான். தனக்கு வாகனம் வீடு மனை வாங்கும் யோகம் என்றாவது ஒருநாள் வரத்தான் போகிறது என்று நினைத்துக்கொள்வான்.

விடுதி அறையில் ஒரு மாதத்திற்குள் நிறைய வேலைகள் நடந்து முடிந்திருந்தன. அறையின் வாசலில் இங்கு பழைய பேப்பர் விலைக்கு வாங்கப்படும் என்கிற பலகை பொருத்தியிருந்தார்கள். அதற்கு சந்தனம் குங்குமம் வைத்து பூமாலை சுற்றியிருந்தனர். அந்தப் பலகை இங்கு ஜாதகம் பார்க்கப்படும் என்கிற பலகைக்குப் பக்கத்திலிருந்தது. பாக்கியம் இப்போது ஜாதகம் பார்க்கிறதைவிட பழைய பேப்பர் சம்பந்தப்பட்ட விஷயத்தில்தான் அதிகம் நேரம் ஈடுபாடாக இருந்தான்.

பலசரக்குக்கடைக்காரர்கள் பலரிடமும் பழைய பேப்பர்களை வாங்கிக் கட்டி வைத்திருந்தனர். அறை முழுக்க நியூஸ் பேப்பர் கட்டுகளாகத்தான் இருந்தது. யாரேனும் ஆட்கள் வந்தால் உட்காருவதற்குக் கூட இடமில்லாமல் இருந்தது. அவனது எதிர் புரோட்டா கடைக்காரர்கள் பலரும் அமுல்ராஜ் எதற்காக பழைய பேப்பரை வாங்கி இப்படி அடுக்குகிறான் என்று குழப்பத்தில் இருந்தார்கள். ஊருக்குள் பாதிக்கடையில் பழைய பேப்பர் இல்லை. புளி பருப்பு சீரகம் மடித்துத்தருவதற்கு காகிதம்

இல்லாமல் கடைக்காரர்கள் பலரும் சிரமப்பட்டார்கள். பெரிய பலசரக்குக் கடைக்காரர் பாக்கியத்திடம் வந்து பத்து கிலோ பேப்பராவது விலைக்குக் கொடு ஜோசியக்காரத்தம்பி என்று கெஞ்சினார். பாக்கியம் முடியாது. கேரளாக்காரருக்குப் பேசி முடித்தாயிற்று என்று உறுதியாகச் சொன்னான். ஜோசியம் பார்க்க வருகிறவர்களை விட பேப்பர் வாங்குவதற்கு வருபவர்கள் அதிகமாக இருந்தனர். ஊருக்குள் பேப்பர் தட்டுப்பாடு வந்துவிட்டது.

இரண்டு மூன்று சைக்கிள் வியாபாரிகள் தகவல் தெரிந்து முன் பணம் வாங்குவதற்காக பாக்கியத்தின் அறைக்கு வந்தார்கள். பாக்கியமுத்து அவர்களிடம் பணம் எதுவும் தரமுடியாது என்று சொல்லி திருப்பியனுப்பினான். வட்டக்கல் சங்கரன்குட்டிக்கு பேப்பர் லோடு ஏற்றிவிட்ட பிறகு இந்தத் தொழிலை நிரந்தரமாகச் செய்யவேண்டியதுதான் என்று முடிவு செய்திருந்தான். ஆனால் கூட்டாக யாரையும் சேர்த்துக்கொள்ளக்கூடாது என்பதில் உறுதியாக இருந்தான். மாடியேறி பழைய பேப்பர் போடுவதற்கு ஆட்கள் யாரும் வருவதில்லை. சைக்கிள் வியாபாரிகள் விசாரித்துப் போனதோடு சரி. சனிக்கிழமை இரவு கடையை அடைப்பதற்கு சற்றுமுன்பாக இரண்டு பேர் மாடியேறி வந்தார்கள். அவர்களுக்கு மாடியேறுவதற்கு சிரமமாக இருந்திருக்க வேண்டும். மூச்சு வாங்கியது. இருவருமே குண்டாக இருந்தார்கள். ஒருவனுக்கு மீசை சிறிதளவில் இருந்தது. மற்றொருவனுக்கு முகத்தை விட்டு வெளியேறி நின்றிருந்தது. அவர்கள் தங்களது மஞ்சள் பையில் மறைத்து வைத்திருந்த தண்டவாளக் கம்பியையும் சுருட்டி வைத்திருந்த வயர் கம்பியையும் எடுத்து பாக்கியத்தின் முன்பாக வைத்தனர். “எடை போடுப்பா” என்று மீசை வைத்திருந்தவன் சத்தமாக அரட்டுவது போலப் பேசினான்.

பாக்கியம் அவர்களை நிமிர்ந்து பார்த்துவிட்டு, “இரும்பெல்லாம் வாங்குறதில்லை. பேப்பர் மட்டுந்தான்” என்று சொன்னான். அவன் சொல்லியதை அவர்கள் பொருட்படுத்தவில்லை. மீசையில்லாமல் இருந்தவன், “சுத்தமான இரும்பு

தம்பி என்னா விலைக்கு எடுத்துக்குவே” என்று பேரம் பேசினான். பாக்கியத்திற்கு எரிச்சலாக இருந்தது. அவன் எழுந்து இரும்பெல்லாம் வாங்குறதில்லை என்று அவனும் சத்தமாக அவர்களைப் போலச் சொன்னான். அவர்கள் இருவரும் தங்களது மஞ்சள் பையில் சுருள் கம்பியையும் தண்டவாளத்தையும் எடுத்து வைத்துக் கொண்டு நடந்தார்கள்.

குண்டாக மீசையில்லாமல் இருந்தவன், “ஆம்பிளையாளுக கொண்டுவந்து தந்தா வாங்கமாட்டானுக. பொம்பளை எவளாவது ஒருத்தி திறந்து காட்டிட்டு வந்து தந்தா வாங்கிட்டு சிரிப்பானுங்க” என்று புலம்பியபடி படியிறங்கினான்.

பாக்கியமுத்து அவர்கள் பேசியதைக் கேட்டுக்கொள்ளவில்லை. பாக்கியமுத்து தனது அறைக்குள் சென்று விரித்திருந்த பாயின் மேல் அமர்ந்து கொண்டான். நேற்று முழுக்க ஜோசியம் பார்ப்பதற்கு யாரும் வரவில்லை. காலையில் ஜாதகப்பொருத்தம் பார்க்கவேண்டுமென வந்தவர்கள் இருபது ரூபாயிக்கு மேல் தரவில்லை. கிளிஜோசியக்காரனுக்குக் கூட பஸ்ஸ்டாண்டில் மரியாதை இருக்கிறது. காத்திருந்து சோசியம் பார்த்துவிட்டு கேட்பதைத் தந்துவிட்டுச் செல்கிறார்கள். தன்னை யாரும் மதிப்பதில்லையென வருத்தப்பட்டான். வீட்டிலிருந்து கிளம்பும் போது அவனது மனைவி ருக்குமணி அவனுடன் சண்டை போட்டாள். சண்டை வருகிற தினங்களில் யாரும் சோசியம் பார்க்க வரமாட்டார்கள். அதுபோலதான் நடந்துவிட்டது. இரண்டு மூன்று தமிழ் செய்தித்தாள்களைத் திரும்பத் திரும்ப வாசித்தான். பழைய பேப்பர் வாங்குவதற்கு அமுல்ராஜ் தந்த பணத்திலிருந்து வீட்டுக்குச் செலவுக்கு எடுத்து செலவு செய்தான். பாக்கியத்திற்கு இரண்டு பெண் குழந்தைகள். இரண்டு பேரும் பள்ளிக்கூடத்திற்குப் போகிறார்கள். இரண்டு பிள்ளைகளின் சட்டைகளும் இறுக்கமாகிவிட்டது. அவர்களது பாவாடை கணுக்கால்களுக்கு மேலேறிவிட்டது. அடுத்த வருஷம் பள்ளிக்கூடத்திற்குப் போகும் போது புதிதாக ஸ்கூல் யூனிஃபார்ம் எடுத்துத் தரவேண்டுமென ஆசைப்பட்டான்.

பாக்கியம் கடையை அடைத்துவிட்டு டீ குடித்துவிட்டு வரலாமா என்று யோசித்தான். டீக்கடையில் இரண்டு

மாதத்திற்கு மேலாக பற்று இருந்தது. தினமும் காலையில் எதுவும் சாப்பிடாமல் வந்து வடையும் டீயும் குடிப்பதால் கடன் ஏறிவிட்டது. ராத்திரி வீட்டிற்குப் போகும் போது பிள்ளைகள் முகத்தைப் பார்க்கின்றன என அவர்களுக்கு பக்காவடை வாங்கிக்கொண்டு போகிறான். வீரசிவாஜியின் கடையில் வாங்குகிற மிக்ஸர் பொட்டலம் எதுவும் பிள்ளைகளுக்குப் பிடிப்பதில்லை. மூத்தவளுக்கும் ருக்குமணிக்கும் மறுநாளே வயிற்றோட்டம் உண்டாகிவிடுகிறது.

பாக்கியமுத்துவிற்கு கவலையாக இருந்தது. டீ குடித்து விட்டு வந்தால் தனது குழப்பம் தீர்ந்துவிடுமென எழுந்து வாசலுக்கு வந்தான். அப்போது அவனது கடைக்கு வயதானவர் ஒருவரும் அவருடன் நடுத்தர வயது பெண்ணொருத்தியும் வந்தார்கள். அப்பெண் வயர்கூடையைக் கையில் வைத்திருந்தாள். கூடை நிறையக் காய்கறிகளும் பழங்களும் கூடவே நாப்கினும் இருந்ததை பாக்கியம் பார்த்தான். அவர்கள் ஏற்கனவே ஒருமுறை அவனிடம் வந்து ஜாதகம் பார்த்துவிட்டுச் சென்றிருக்கிறார்கள். பாக்கியத்திற்கு அவர்களைத் தெரியும். அப்பாவும் மகளும் அவன் முன்பாக அமர்ந்துகொண்டனர். மகள் தயக்கத்துடனும் வெட்கத்துடன் அமர்ந்திருப்பதை அவளது கண்களும் உடம்பும் முகமும் காட்டின. பாக்கியமுத்து அப்பெண்ணின் முகத்தைப் பார்த்ததும் அவளது மகள் சடங்காகியிருப்பாள் இல்லையென்றால் அவளது உறவினர்கள் யார் வீட்டிலாவது பிள்ளைகள் சடங்காகியிருப்பார்கள் அதற்கு ஜாதகம் கணிக்க வந்திருப்பார்களென நினைத்தான்.

பாக்கியத்திடம் வயதானவர், “ஏம்பேத்தி சடங்காகிட்டா தம்பி. ஜாதகம் எழுதணும்” என்று தேதி நேரம் கிழமை ஆகியவற்றை எழுதிக் கொண்டு வந்திருந்த காகிதத்தைத் தந்தார். பாக்கியம் வாங்கி வைத்துப் பார்த்தான். இரு தினங்கள் கழித்து வரச்சொன்னான். அப்பெண் தயக்கத்துடன், “நல்ல நேரமான்னு பார்த்துச் சொல்லுங்க அண்ணே” என்று கேட்டாள். அவன் பஞ்சாங்கத்தை எடுத்துப் பார்த்துவிட்டு கணக்குப் போட்டுப் பார்த்தான். “நல்ல நேரந்தான். தீர்க்கசுமங்கலியா

இருப்பா” என்று சொன்னான். அவள் சந்தோஷமாக எழுந்து நின்றாள். வயதானவர் பாக்கியத்திடம் ஐம்பது ரூபாய் தாளை எடுத்துத் தந்தார். அப்பெண் அங்கு கிடந்த நியூஸ் பேப்பரிலிருந்து ஒன்றை எடுத்து, “அண்ணே இந்த பேப்பரை எடுத்துக்கிடவா” என்று கேட்டாள். அவனும் சரி என்றான். அப்பெண் வயர்கூடையிலிருந்த நாப்கினை எடுத்து பேப்பரில் மடித்து வைத்துக்கொண்டாள். வயதானவர்தான் இரண்டு தினங்களுக்குப் பிறகு வருவதாகச் சொல்லிவிட்டு மாடிப்படி இறங்கினார். அவருக்குப் பின்பாக அப்பெண் நடந்து சென்றாள். அவர்கள் சென்ற பிறகு ஜாதகம் எழுதத் தொடங்கினான் பாக்கியமுத்து. அவனுக்கு எதற்காகவோ அவனது மூத்த பிள்ளையின் ஞாபகம் வந்தது. பாக்கியமுத்து ஜாதக நோட்டை மூடிவைத்துவிட்டு டீக்கடைக்குச் சென்றான்.

பாக்கியம் டீக்கடையின் முன்பாக நின்று ரோட்டைப் பார்த்தான். மேற்கு ரோட்டில் வீரசிவாஜி சைக்கிளை வேகமாக ஓட்டிச்செல்வது தெரிந்தது. அவன் உடம்பு முழுக்க வியர்த்து சட்டையும் வியர்வையும் ஒட்டியிருந்ததை அவனால் பார்க்க முடிந்தது. பாக்கியம், “டேய் வீரா வீரா” என்று டீக்கடையிலிருந்து கத்தினான். வீரசிவாஜி வேகமாக சைக்கிளில் சென்றான். பாக்கியத்திற்கு டீ வந்ததும் வாங்கிக் குடித்தான். டீக்கடைக்காரன் அவனிடம் இருந்த ஐம்பது ரூபாய்த் தாளைப் பார்த்ததும் பழைய பாக்கியைக் கேட்டான். பாக்கியம் நாளை தருவதாகச் சொல்லிவிட்டு தனது அறைக்கு நடந்தான். அவனுக்கு எதிரே அமுல்ராஜ் வேகமாக நடந்து வருவது தெரிந்தது. பாக்கியத்தைப் பார்த்து, “வட்டக்கல் சங்கரன்குட்டிக்கு நேத்து ராத்திரி நெஞ்சு வலி வந்து செத்துப்போனாராம்டா. சாயங்காலம் நாலுமணிக்கு அடக்கம் செய்யுறாங்களாம்” என்று கவலையுடன் சொன்னான். அமுல்ராஜ் சொல்லியதைக் கேட்டதும் பாக்கியத்திற்கு வட்டக்கல்லின் முகமும் நெற்றியிலிருந்த சந்தன கீற்றும் ஞாபகத்திற்கு வந்தது எதற்கெனத் தெரியவில்லை.

– ‘உயிர்மை’ 2016

ஒன்றிலிருந்து மற்றொன்றுக்கு

ஒன்று

பன்னிரண்டு நாற்காலிகள் கொண்ட தேக்குமரத்திலான உணவு மேஜையில் நரசிம்மனுக்கு அருகில் அமர்ந்துகொண்டேன். எங்களுக்கு எதிரில் நரசிம்மனின் மனைவி சுந்தரியும் அவர்களுடைய மகள் ஸ்ரீபாலாவும் அமர்ந்திருந்தனர். அவருடைய மகன் ஸ்ரீஜெய் சற்றுத் தாமதமாக வந்து எங்களுடன் இணைந்துகொள்வதாகச் சொன்னான். அந்த மேஜை கோள வடிவத்தில் அமைந்திருந்தது. அதன் விளிம்புகளில் திரண்டிருக்கும் வளைவு பளபளப்பாக அமைந்திருந்தது. மையத்தில் கண்ணாடி ஜாடியும் பூக்கூடையும் பழத்தட்டுகளும் இருந்தன.

எனக்கு எதிரே அமர்ந்திருந்த சுந்தரியின் மூக்கையும் ஸ்ரீபாலாவின் மூக்கையும் பார்த்தேன். “உங்க நாலு பேரோட மூக்கும் ஒண்ணு சொன்னாப்புல இருக்கு. அதை நீங்க கவனிச்சிருக்கீங்களா சார்” என்றேன். அவர்களுடனான பேச்சில் இதனைச் சொல்வதற்கு மறந்துவிடக்கூடாது என்பதற்காக உடனே சொல்லிவிட்டேன். இதற்கு முன்பு இங்கு வந்து சென்ற நான்கு முறையும் சொல்ல வேண்டுமென நினைத்தேன். முடியவில்லை.

என் முகத்தைப் பார்த்த நரசிம்மன் அவருடைய மனைவியின் பக்கமாகத் திரும்பினார். பெண்கள் இருவரும் என்னைப் பார்த்துக் கொண்டிருப்பது எனக்குத் தெரியும். அவர்களுக்குத் தெரிந்த விசயமாக இருக்கலாம். அவர் சிரித்துக் கொண்டார். சுந்தரியும் ஸ்ரீபாலாவும் ஒருவரையொருவர் பார்த்துக் கொண்டனர். இதனை அவர்கள் புகழ்ச்சி என்று நினைத்திருக்கலாம். கல்யாணத் தரகர்கள் புகழ்ந்து பேசி தங்களுக்கான கமிஷன் பணத்தை அதிகமாக வாங்குவதற்கான வெறும் வார்த்தை என்று நினைத்திருக்கலாம்.

“இப்படி பிரிச்சுக்குங்க. அம்மாவுக்கும் மகளுக்கும் ஒரேமாதிரி மூக்கு. உங்களுக்கும் உங்க மகனுக்கும் ஒரேமாதிரி மூக்கு. சின்ன வித்தியாசந்தான்” என்றேன். இந்த வீட்டில் மூக்கைப் பற்றிப் பேசுவதற்குப் பயப்படுவார்கள்.

கடந்த மாதம் ஸ்ரீபாலாவை பெண் பார்க்க வந்த மாப்பிள்ளை வீட்டுக்காரர்களுடன் அவள் தகராறு செய்த சம்பவம் அனைவருக்கும் தெரியும். தகராறு இல்லை, வாக்குவாதம். சிவகங்கையில் இருந்து மாப்பிள்ளை வீட்டுக்காரர்கள் வந்திருந்தனர். அவர்கள் வீட்டில் இருப்பவர்களுக்கு அளவான மூக்குதான். ரொம்பவும் சின்ன மூக்கு அந்தப் பையனுக்கு. ஸ்ரீபாலாவின் மூக்கு பெரிதாக இருக்கிறது என்று மறுத்துவிட்டான். அதோடு விடாமல் அவளது மூக்கைப் பார்த்து, ‘அய்யோ இவ்வளவு பெரிய மூக்கா’ என்று அங்கிருந்தவர்களின் முன்பாகவும் சொல்லிவிட்டான். ஸ்ரீபாலாவுக்குக் கோபம் வந்துவிட்டது.

“முதல்ல உங்க தொப்பய குறைச்சுட்டுப் பொண்ணு பாக்க வாங்க சார்” என்று பாலா மாப்பிள்ளையைப் பார்த்து அனைவரின் முன்னால் சொல்லிவிட்டு அறைக்குச் சென்றுவிட்டாள்.

“தொப்பயக் குறைச்சுட்டு வந்தா கல்யாணம் செய்துக்கிறயா” என்று மாப்பிள்ளை கிண்டலாகக் கேட்டதற்கு அவள், “இந்த ஜென்மத்தில உன்னால வயித்த குறைக்க முடியாது” என்று சாபம் விடுவதுபோல பேசினாள். “குறைச்சுட்டு வந்து பொண்ணு கேட்குறேன். அப்போ பேசுங்க” என்று கோபமாகச்

சென்றுவிட்டான். மூன்று மாதங்கள் கழிந்துவிட்டது. இன்றுவரை வரவில்லை.

அவர்கள் வீட்டுச் சமையற்காரர் நான்கு கண்ணாடி தம்ளர்களில் தேநீர் கொண்டு வந்தார். எங்கள் முன் தம்ளர்களை வைத்து விட்டுச் சென்றதும் நரசிம்மன், “நானும் அப்படி யோசிச்சிருக்கேன். மனுஷப் பிறவிய என்ன செய்ய முடியும். ஒருவகையில மூக்கு காது கண் விரல் எல்லாம் எங்க தாத்தா பாட்டிகளோட சொத்துன்னு சொல்லணும். வம்சத்திலயிருந்து வர்றதுதானே” என்றார் நரசிம்மன். அவருடைய பேச்சில் பெருமை இருந்ததை என்னால் உணர முடிந்தது.

“மூக்கு மனுஷனுக்கு எவ்வளவு கம்பீரமா இருக்கோ அதுமாதிரிதான் அவங்களோட வாழ்க்கையும் கம்பீரமா இருக்குமுன்னு எங்க ஊருல பெரியவர் ஒருத்தர் சொல்லுவார்” என்று சொல்லிவிட்டு அவர்கள் சொல்லாமலே தேநீர் தம்ளரை எடுக்க கையை நீட்டினேன்.

நரசிம்மன், “மன்னிக்கணும். பேசிட்டே நான் கவனிக்கல. டீ சாப்பிடுங்க” என்று தம்ளர் ஒன்றை எடுத்து என்னிடம் கொடுத்தார். நான் வாங்கிக்கொண்டேன். சுந்தரியும் ஸ்ரீபாலாவும் தம்ளர்களை எடுத்துக் கொண்டார்கள். அவர்கள் தேநீரைக் குடித்தபடி மேஜையில் வைக்கப்பட்டிருந்த தட்டுகளிலிருந்து, பிஸ்கட்டுகளை எடுத்துக் கொண்டனர்.

“கரெக்ட் சார். மூக்கு எவ்வளவு கம்பீரமான விசயம். அதைப் புரிஞ்சுக்கவே மாட்டேங்குறாங்க.” என்று சொன்னவள் தேநீரை ஒரு மிடறு குடித்துவிட்டு என்னிடம், “வேறெதுவும் நியூஸ் உண்டா சார்” என்று ஸ்ரீபாலா கேட்டாள். பிஸ்கட்டை இரண்டாக ஒடித்து துண்டுகளாக கையில் வைத்திருப்பது போன்ற பேச்சு. ஸ்ரீபாலா முதுகலை ஆங்கிலம் படித்தவள். தனியார் கல்லூரியில் பேராசிரியையாக தற்காலிகமாக வேலை செய்து வருகிறாள். அவளுடைய சுருள்சுருளான கூந்தல் தலையில் படியாது மின்விசிறியில் அலைந்தது. அடிக்கடி தலையைத் தடவிக் கொள்கிற பழக்கம் இதனால் அவளுக்கு உண்டாகியிருக்க வேண்டும். இரண்டு அல்லது

மூன்று தினங்களுக்கு முன்பாக மேல் உதட்டை அழுத்தமாக மழித்திருக்க வேண்டும். சிவந்த தோலின் மேல் அரும்பியிருந்த வியர்வைத் துளிகளும் சிவப்பாகத் தெரிந்தன.

“நாய்க்கு இரண்டு மூக்கு இருக்குன்னு சொல்லுறாங்க. அந்த ரெண்டாவது மூக்கைப் பாக்க முடியாது. அதனால்தான் அது துப்பறியிற வேலையெல்லாம் செய்யுதுன்னு நினைக்கிறேன். அந்த மூக்கு, மூக்குக்குள்ள இருக்கிற ஓட்டயில ஆரம்பிச்சு கடைசி பல்லுக்குப் பக்கத்தில முடியுதுன்னு சொல்லுறாங்க. பொடவு மாதிரி இருக்கும். அதனால்தான் அது வாயைத் திறந்தே வெச்சிருக்கு. மூக்கில ஒழுகிற தண்ணியவிட வாய் வழியா ஒழுகிற தண்ணி அதிகம். மூளையைவிட மூக்குதான் அதுக்கு எல்லாம் சொல்லித் தருதுன்னு நினைக்கிறேன். நீங்க என்ன நினைக்கிறீங்க” என்று அவளிடம் கேட்டேன்.

“இல்ல வேற நியூஸ்சுன்னா, நா கேட்டது. மாப்பிள்ளையோட போட்டோ. மத்த விசயங்கள்” என்று பாலா கேட்டாள். அவளுக்கு என் மேல் கோபம் உண்டாகியிருந்தது. அவளது பேச்சிலிருந்து அதைப் புரிந்துகொள்ள முடிந்தது. இப்போது பிஸ்கட்டை எடுத்து இரண்டாக உடைத்து கையில் வைத்திருந்தாள். நாயின் மூக்குடன் அவளது மூக்கையும் சம்பந்தப்படுத்திப் பேசியது அவளுக்குப் பிடிக்கவில்லையென நினைக்கிறேன்.

சுந்தரி, “என்னைய பொண்ணு பாத்துட்டு உங்க அப்பா பிடிக்கலைன்னு சொல்லிட்டாரு. எங்க பாட்டி தைரியமா வாசல்ல அவரை நிறுத்தி ‘எதுக்குய்யா ஏம்பேத்திய பிடிக்கலன்னு’ கேட்டாங்க. திருதிருன்னு முழிக்குறாரு. ‘ராஸ்கல் சொல்லலை அடுத்த அடி எடுத்து வெக்கமாட்டே’ன்னு மிரட்டுனதும் நின்னுட்டாங்க. உங்கப்பா என்ன பதில் சொன்னாரு தெரியுமா. ‘உங்க பேத்திக்கு மூக்கு பெரிசு’. அவ்வளவுதான் எங்கப் பாட்டிக்குக் கோபம் வந்துருச்சு. கெட்டி நூலை எடுத்து பொண்ணு பாக்க வந்தவங்களை ஒவ்வொருத்தரா உட்கார வெச்சு மூக்கை அளந்துட்டாங்க அளந்து. மூக்கு குண்டா இருந்தா என்னாய்யான்னு கையோட நிச்சயத்தை

முடிச்சுட்டாங்க. உங்க அப்பா பயந்து போயில்ல என்னய நிச்சயம் செய்துட்டுப் போனாரு.”

“மிரட்டி சம்மதிக்க வெச்சிட்டீங்களா.”

“அப்புறம் சும்மாவா மூக்கு பெரிசுன்னு எப்படி சொல்லலாம் என்னயப் பாத்து” என்று சுந்தரி கோபமாகச் சொன்னாள். அவர்களுடைய மூக்கு அப்படியொன்றும் பெரியதாக இல்லை. சற்று பெரியதாக பருமனாக இருக்கும். அது பார்ப்பதற்குப் பெரிதாக இருப்பது போன்று தோற்றமளிக்கும். அவ்வளவுதான். மூக்கின் இரு துளைகளும் முழுவட்டத்தில் கறுப்பாக இருக்கும். அந்தக் கறுப்பு பயமுறுத்தும்.

தேநீரை அருந்தியபடி அவர்கள் பேசியதற்குத் தலையை ஆட்டினேன். அப்போது சமையற்காரர் இரண்டு தட்டு நிறைய உடைந்த முறுக்குத் துண்டுகளையும் நீளமான வறுத்த உருளைக்கிழங்குத் துண்டுகளையும் கொண்டு வந்தார். “டீ குடிச்சி முடிச்சிட்டு இத சாப்பிடுங்க நல்லா இருக்கும்” என்று கட்டளை போலவும் சொல்லியதை மீறக்கூடாது என்பது போலவும் உறுதியாகச் சொல்லிவிட்டு மேஜையிலிருந்த ஸ்ரீஜெய் அருந்தாத தேநீர் தம்ளரை எடுத்துச் சென்றார்.

ஸ்ரீபாலா அந்தத் தட்டுகளைப் பார்த்தபடி தேநீரை உறிஞ்சினாள். சமையற்காரரின் சொல்லுக்கு அவர்கள் கட்டுப்பட்டவர்கள் போல் அமர்ந்திருந்தனர். சுந்தரி தேநீர் பருகுவதைவிட நீளநீளமாகப் பொரித்த விரல் வடிவத்திலான உருளைக்கிழங்குத் துண்டுகளைச் சாப்பிட வேண்டுமென்கிற ஆர்வத்தில் இருந்தாள். கொதித்த எண்ணெயின் மணமும் மிளகின் காரமும் வெந்த உருளையின் மாவு ருசியும் கலந்த வாசனையும் மேஜை முழுக்க நிறைந்திருந்தது.

“சரி நீங்க கொண்டு வந்த ஜாதகத்தை எடுங்க” நரசிம்மன் இடைமறித்தது எனக்கு ஒருவகையில் உற்சாகமாக இருந்தது. என்னுடைய தோள் பையில் வைத்திருந்த ஜாதகக் குறிப்புகளை எடுத்துக் கொடுத்தேன். வண்ணப் புகைப்படங்களைத் தனியாக வைத்திருந்தேன். மடிக்கணினியில் சில படங்களும்

அலைபேசியில் சில படங்களும் இருந்தன. அவர்கள் எந்த ஜாதகக் குறிப்பைத் தேர்வு செய்கிறார்கள் என்பதற்காகக் காத்திருந்தேன்.

ஸ்ரீபாலா ஜாதகங்கள் எதையும் கையில் எடுத்துப் பார்க்கவில்லை. சுந்தரியும் நரசிம்மனும்தான் குறிப்புகளை எடுத்து பெயர்களையும் படிப்பையும் வயதையும் வாசித்தனர். அவள் கேட்டாள். சுந்தரி ஒவ்வொரு முறையும் பெயரையும் ஊரையும் படிப்பையும் வேலை செய்யும் இடத்தையும் வாசித்துவிட்டு அவளது முகத்தைப் பார்ப்பாள். சுந்தரிக்கு மட்டும் தெரிந்த சமிக்ஞை இருக்கும்போல. பாலாவிடமிருந்து அதைப் பார்த்துவிட்டு அடுத்த குறிப்பை எடுத்து வாசித்தாள்.

“பெங்களூருல இருக்காரு மாப்பிள்ளை. அம்மா மட்டுந்தான். அப்பா இல்ல. கூடப் பெறந்தவங்க எல்லாம் வேலை பாக்குறாங்க” என்று ஜாதகக் குறிப்பு ஒன்றை அவர்களுக்கு சிபாரிசு செய்தேன். அதை அவர்கள் வாங்கிப் பார்த்து விட்டு மேஜையில் அலட்சியமாக வைத்தனர். என்னுடைய சிபாரிசை அவர்கள் ஏற்கமாட்டார்கள் என்பது எனக்குத் தெரியும். இதற்கு முன்பு வந்த போது என்னுடைய கருத்தையும் சிபாரிசையும் அவர்கள் பொருட்படுத்தவில்லை. அதே நேரம் அவர்களுடைய நிராகரிப்பும் தேர்வும் அதிசயிக்கும் வகையில் இருக்கும். எதன்பொருட்டு தேர்வு செய்கின்றனர், எதனால் நிராகரிக்கின்றனர் என்பதை என்னால் ஊகிக்க முடியவில்லை.

மாடியறையிலிருந்து ஸ்ரீஜெய் வந்தான். உயரமான உருவம். கைகளும் கால்களும் நீளமாக இருந்தன. “டீ சாப்பிட்டு முடிச்சிட்டீங்களா” என்று சிரித்தபடி நாற்காலியில் அமர்ந்தான். நரசிம்மன், “நீ வரதுக்கு லேட்டாகுதுன்னு சேது தம்ளரை எடுத்துட்டுப் போயிட்டாரு. நீ தான் போய் வாங்கிட்டு வரணும்” என்று சொன்னார்.

ஸ்ரீஜெய் கையில் வைத்திருந்த அலைபேசியை மேஜையில் வைத்துவிட்டு எழுந்தான். அவனது இறுக்கமான பனியனும் பேண்ட்டும் உடலின் பின் பகுதியை விசித்திரமாகக் காட்டின. பேண்ட்டுக்குள் அணிந்திருந்த உள்ளாடையின் பட்டைகளையும்

விளிம்புகளையும் எடுத்துக் காட்டின. அவன் மெதுவாக நடந்து சமையலறைக்குச் சென்றான்.

“இந்த உலகத்தில வாசனைன்னு ஒண்ணு இல்லைன்னா எப்படி இருக்கும். இப்படி யோசிச்சுப் பாருங்க. எல்லாத்துக்கு ஒரே வாசனை. பழத்துக்கும் காய்க்கும் ஒரே வாசனைன்னா எப்படி இருக்கும்” என்று சொன்னேன்.

ஆனால் பாலா ஆக்ரோஷமாகப் பேசினாள். “மனுஷனுக்கு மூக்கு இல்லைன்னாத்தான் வாசனையும் இல்லைன்னு ஆகும். மூக்கால வாசனைய முகர முடியுமுன்னு கண்டுபிடிச்சிருக்காங்க” அவளது கோபம் அவளுடைய வார்த்தையில் தெரிந்தது. என்ன பேசுகிறோம் என்பதை அவள் புரிந்துதான் பேசுகிறாளா இல்லை கோபத்தில் பேசுகிறாளா என்று தெரியிவில்லை.

தேநீர் தம்ளருடன் வந்த ஸ்ரீஜெய் அவளுடைய பேச்சைக் கேட்டு அப்படியே நின்றான். சுந்தரி வரிசையாக ஜாதகக் குறிப்புகளைப் பார்த்துவிட்டு வெறுமையோடு என்னைப் பார்த்தாள். அவர்களை ஏமாற்றிவிட வேண்டுமென்பதைவிட, அவர்களாகவே ஏமாற்றமடைந்து அந்த சந்தோஷத்தில் எனக்குப் பணம் தரவேண்டுமென்கிற ஆர்வத்தில் இருந்தேன். மற்ற தரகர்கள் என்ன குறை சொல்வார்களோ, பாலாவை பெண் பார்க்க வந்த மாப்பிள்ளைகள் அவளிடம் என்ன குறையைப் பார்த்தார்களோ அதை நிறைவாக்கிப் பேசினேன். அந்த நிறைவை சாதகமாக்கப் பொய்யும் உண்மையும் கலந்து கலந்து அடுக்கிய வார்த்தைகளைக் கூறினேன். அது ஸ்ரீபாலாவுக்கு உத்வேகத்தையும் புத்துணர்ச்சியையும் தரும் என்று நம்பினேன். என்னுடைய நம்பிக்கை பல பெண்களிடம் தோற்றிருக்கிறது. சொற்ப எண்ணிக்கையில் வெற்றியடைந்திருக்கிறது. பாலாவின் வாழ்வில் என்ன நடக்கிறது என்பதை இனிமேல்தான் பார்க்க வேண்டும். தொந்தியைக் குறைத்துக் கொண்டு திரும்பவும் பெண் கேட்டு வந்தால் என்ன செய்வது என்கிற கவலை அவர்களை விட எனக்கு அதிகமாக இருந்தது.

இரண்டு

அவன் அந்த அடுக்குமாடிக் கட்டடத்திற்குள் நுழைந்து இரண்டாவது மாடியிலிருந்த முதல் அறைக்குள் சென்றான். யோகா மற்றும் எடை குறைப்பு பயிற்சி மையம் அது. முழுவதும் குளிரூட்டப்பட்ட அறை. அமர்ந்து கொள்வதற்கு நாற்காலிகள் எதுவுமில்லை. உயர்ந்த மரங்களின் வண்ணப் புகைப்படங்கள் பெரிய அளவில் ஆங்காங்கே ஒட்டப்பட்டிருந்தன. கூடவே வெளிநாட்டினர் யோகா பயிற்சியில் ஈடுபட்டிருக்கும் போது எடுக்கப்பட்ட புகைப்படங்கள் முத்திரைகளையும் ஆசனங்களையும் விளக்கும் படங்கள் ஒட்டப்பட்டிருந்தன. ஹாலுக்குள் அடுத்திருந்த அறைக்குள் நுழைந்ததும் அவனுக்குப் பின்னால் வந்து நின்ற பயிற்சியாளர், "சார் இங்க வாங்க. நீங்கதானே சிதம்பரம்" என்றார்.

"ஆமா ஸார் என் பேரு சிதம்பரம்" என்றான்.

"போனில தொந்தியக் குறைக்கிறதுக்கு யோசனை கேட்டது நீங்கதானே?"

"ஆமா சார்!"

பயிற்சியாளர் அவனை மேலும் கீழுமாகப் பார்த்துவிட்டு, "இதை விடப் பெரிய பெரிய தொந்திய கரைச்சு வயித்த நெஞ்சோட நெஞ்சா ஒரே மட்டமாக்கியிருக்கோம். உங்க தொந்தியோட அளவு 48 இன்ஞ்தான் சார். கவலைப்படாதீங்க. ஆறு மாசத்தில குறைச்சிடலாம்" என்றார்.

"எத்தன இன்ஞ் ஒருத்தருக்கு இருக்கணும். ஒருத்தருக்கு வயித்துப் பகுதி எவ்வளவு இருக்கணும்."

"23க்கு மேலே போகக்கூடாது சார். ஒண்ணு ரெண்டு கூடலாம், குறையலாம். தப்பில்ல. உயரத்துக்கு ஏத்த மாதிரி"

"இருபத்தியொரு இன்ஞ்தானே வித்தியாசம். சீக்கிரமா குறைச்சிடலாமா ஸார்" என்று சிதம்பரம் கவலையுடன் கேட்டான்.

“நாங்க சொல்லுற பயிற்சிகளை தினமும் விடாமல் செய்யுங்க. அப்புறம் முக்கியமா பீர் குடிக்கிற பழக்கம் இருக்கா” என்று கேட்டார்.

“அதெல்லாம் இல்ல சார்.”

“தப்பில்ல இருந்தா வாரத்தில ஒருநாள் மட்டும் போதும். தண்ணி நிறைய குடிங்க. யூரின் வந்தவுடனே போங்க. ராத்திரியில ஒரு கப் பால் ஒரு வாழைப்பழம் மட்டுந்தான். வேறெ எதுவும் சாப்பிடக்கூடாது”

“சோறு சாப்பிடக்கூடாதா சார்.”

“சோறு சாப்பிடக்கூடாது. அதுவும் ராத்திரி நேரத்தில. பகல்ல சோத்தைக் குறைச்சு சப்பாத்தி சாப்பிடுங்க. ரொம்பவும் நல்லது. அதுக்காக பட்டினி இருக்காதீங்க. பட்டினி இருந்தா ரொம்பவும் தொந்தி வைக்கும்.”

“சரி.”

“50 இன்ஞ் இருந்த ஒருத்தரை நாங்க ஆறு மாசத்தில 24 இன்ஞ்சுக்குக் கொண்டு வந்திருக்கோம். பாதிக்குப் பாதி. எங்க பயிற்சி மையத்தோட சாதனை அது. விளம்பரத்தில பாத்திருப்பீங்களே” என்று சொன்னவர் அவருடைய புகைப்படத்தைத் தேடினார். அந்தப் புகைப்படம் இல்லாதது அவருக்கு வருத்தமாக இருந்தது.

“ஆமா ஸார்” என்றான் சிதம்பரம்.

“அவரு உங்களுக்கு ஒருநாள் ஸ்பெஷல் கிளாஸ் எடுப்பாரு. அவருடைய அனுபவத்தை உங்களுக்குச் சொல்வாரு. அப்புறம் என்ன வேலை பாக்குறீங்க.”

“அங்காடியில ஃபில் போடுற வேலை ஸார்.”

“பணம் கட்டிட்டீங்களா?”

“எவ்வளவு ஸார்?”

“ஒரு வருஷத்துக்கு ஃபீஸ் கட்டணும். ஆறு மாசத்தில வயிறு குறைஞ்சுடும். ஆனா கண்ட்ரோல் இல்லைன்னா திரும்பவும்

தொந்தி வைக்க ஆரம்பிச்சுடும். அதனால்தான் ஒரு வருஷத்துக்கு நீங்க தொடர்ந்து வரணும்”

“சார் ஆறு மாசம் கழிஞ்சு தொந்தி குறைஞ்சவுடனே கல்யாணம் செஞ்சுக்கலாமா.”

“ஓ எஸ். தாராளமா செய்துக்குங்க. அதுக்கும் இதுக்கும் எந்த சம்பந்தமுமில்ல.”

“தொந்திய குறைச்சாதான் கல்யாணம் செய்துக்குவேன்னு பொண்ணு சொன்னாங்க. அதான் சார் ஒரு வேகத்தில வந்திருக்கேன்” என்று சொன்னதும் பயிற்சியாளர் அவனை சற்று தள்ளி நின்று பார்த்தார். அவனது கை கால்கள் அளவாகத்தான் இருந்தன. ஆனால் செய்து வைத்ததுபோல அவனது உடலில் முன் துருத்திக் கொண்டிருந்தது தொந்தி. பயிற்சியாளர் இதற்கு முன்பாக ஒரு கேஸ், ஒரு வாடிக்கையாளர் என்பதைப் போல்தான் அவனையும் அவனது தொந்தியையும் பார்த்துப் பேசிக்கொண்டிருந்தார். தொந்தியைக் குறைத்தால்தான் கல்யாணம் என்ற சவாலில் இங்கு வந்திருக்கிறான் என்று தெரிந்ததும் அவருக்கு உற்சாகமாக இருந்தது. திருமணத்திற்கு முன்பும் பின்பும் என்கிற தலைப்பில் புகைப்படம் எடுத்து விளம்பரம் செய்யலாம் என்கிற யோசனை அப்போது அவருக்கு உருவாகியிருந்தது.

“கவலைப்படாதீங்க சார். சீக்கிரத்தில தொந்திய குறைச்சிடலாம்” என்று அவனது தோள்களைத் தட்டிச் சொன்னார்.

அவனுக்குச் சந்தோஷமாக இருந்தது. அந்த சந்தோஷத்தில் “ஆறு மாசத்திலங்கிறதை மூணு மாசமுன்னு குறைச்சுக்க முடியாது சார்” என்று மெதுவாகக் கேட்டான். பயிற்சியாளர் அவனைப் பார்த்துச் சிரித்தார்.

“பணத்துக்காகச் சொல்லலை சார். என்னைய நீங்க புரிஞ்சுவீங்கன்னு நினைக்கிறேன். தொந்தி எவ்வளவு சீக்கிரமா குறையுதே அவ்வளவு சீக்கிரத்தில கல்யாணம் செய்துக்கலாமுங்கிற அவசரம் சார்” என்று பரிதாபமாகச் சொன்னான்.

அவர் திரும்பவும் அவனது தோளைத் தட்டி “கண்டிப்பா நீங்க கல்யாணம் செய்யத்தான் போறீங்க. நீங்க எங்களுக்குப் பார்ட்டி தரத்தான் போறீங்க” என்று உற்சாகப்படுத்தினார். அவனுக்குச் சந்தோஷமாக இருந்தது. பயிற்சி மையத்தின் மற்றொரு அறைக்குள் அவனை அழைத்துச் சென்றார். தரையில் இரண்டு பெரிய உருளைகள் கிடந்தன. மேஜையும் நாற்காலியும் இருந்தது. இடுப்பு பெல்ட் மிஷின் உருளை ஒன்று நிறுத்தி வைக்கப்பட்டிருந்தது. இரண்டு பெண்கள் ஆளுயரக் கண்ணாடியைத் துடைத்துக்கொண்டிருந்தனர். அவர்கள் நீல நிறத்தில் சீருடை அணிந்திருந்தனர். இயந்திரங்களை விட ஆளுயரக் கண்ணாடிகள் அதிகமாக இருந்தன. ஆட்கள் யாருமில்லை.

“சார் மிஷின் எதுவுமில்லையா, இவ்வளவுதானா?”

“சார் என்ன நீங்க இப்படிக் கேட்டுட்டீங்க. வாங்க ஸார் காட்டுறேன். நம்ம சென்டர்தான் இந்த ஊருல நம்பர் ஒண்ணு” என்று மற்றொரு அறைக்கு அழைத்துச் சென்றார். அது அறை இல்லை. சமசதுர அளவில் இருந்த பெரிய ஹால். முழுக்கவும் பெண்கள் இருந்தனர். யோகா வகுப்பு நடைபெற்றுக் கொண்டிருந்தது. முதல் வரிசையில் சிறுமிகளும் அதற்கு அடுத்த வரிசையில் மாணவிகளும் அதற்கு அடுத்த வரிசையில் பெண்களுமாக நின்றிருந்தனர். அனைவரும் ஒரே மாதிரியான சீருடையில் இருந்தனர். வெள்ளை நிறத்தில் பேண்ட்டும் நீல நிறத்தில் பணியனும் அணிந்திருந்தனர். நீல நிற பனியனில் மஞ்சளும் ஆரஞ்சும் கலந்து பயிற்சி மையத்தின் பெயர் எழுதப் பெற்றிருந்தது.

வயதான பெண்கள் தங்களது மார்பகங்களின் மேல் இருக்கும் பயிற்சி மையத்தின் பெயர்களைத் தாங்கிக் கொண்டு பயிற்சியில் ஈடுபட்டிருந்தனர். ஒல்லியாக இருந்த பெண் தன்னுடைய இரண்டு கால்களையும் ஆங்கில எழுத்தான ‘ வீ ’ வடிவத்தில் விரித்து வைத்து இடுப்பை உயர்த்தி முதுகை எழுப்பினாள். அங்கிருந்தவர்கள் அனைவரும் கைதட்டினார்கள். அவனுக்கு சந்தோஷமாக இருந்தது.

“சார் யோகா கிளாஸில சேர்ந்தா தொந்தி குறையுமா” என்று கேட்டான்.

பயிற்சியாளர் அவனிடம் “மாஸ்டர் கிட்ட கேட்போம். அவருதான் உங்களுக்கு இனிமேல் எல்லாத்தையும் முடிவு செய்யணும்” என்று மாஸ்டரிடம் அழைத்துச் சென்றார். மாஸ்டர் வெள்ளை நிறத்தில் பேண்ட்டும் பனியனும் அணிந்திருந்தார். அவருடைய கழுத்தில் பயிற்சி மையத்தின் அடையாள அட்டை தொங்கிக் கொண்டிருந்தது. அவருடைய பெயரைத் தெரிந்து கொள்ள முயற்சித்தான். முடியவில்லை.

“மாஸ்டர் இவரு ரேஷன் கடையில் வேலை செய்யுறாரு. ஆறு மாசத்தில தொந்திய குறைக்கணுமின்னு சேலஞ்ச் செய்துட்டு வந்திருக்காரு மாஸ்டர். தொந்திய குறைச்சாத்தான் இவருக்குக் கல்யாணம் நடக்கும்” என்று சொன்னதும் மாஸ்டர் அவனது தோளைத் தட்டி, “வெரிகுட் ஆறு மாசத்தில உங்க தொந்திய குறைச்சுக் காட்டுறேன். கவலைப்படாதீங்க” என்று சொன்னார்.

அங்கு நின்றிருந்த பெண்கள் தரையில் அமர்ந்தனர். அவன் ஒவ்வொரு பெண்களாகப் பார்த்தபடி நடந்தான். அவர்களுக்குத் தொந்தி என்ற உறுப்பே இல்லாதிருந்தது. வயிற்றுப் பகுதியைத் தேடிப் பார்க்க வேண்டியதாக இருந்தது. வயிறு இல்லாமல் இருந்தால் எவ்வளவு அழகாக இருக்கலாம் என்று அப்பெண்களைப் பார்த்த போது அவனுக்குத் தோன்றியது.

ஹாலை விட்டு வந்ததும் அவனுக்கு உற்சாகமாக இருந்தது. அவனுடைய தொந்தி சற்று குறைந்ததுபோல உணர்ந்தான். ஆனால் நடக்கும் போது வழக்கம்போல் மூச்சுவாங்கியது. தொந்தியைத் தூக்கிக் கொண்டு அவனால் நடக்க முடியவில்லை. தன்னுடைய உடலில் பெரிய சுமை நாள்தோறும் கூடிக்கொண்டு வருவதாக உணர்ந்தான். நாற்காலியில் அமர்ந்துகொள்ள முடியவில்லை. சிரமத்துடன் அமர்ந்தாலும் எழுந்துகொள்ள முடியவில்லை. உடலை முன் நகர்த்தி நாற்காலியின் நுனியில் அமர்ந்து பிறகு எழுந்து கொள்ள வேண்டியதாக இருக்கிறது. விசித்திரமான வடிவத்தில் தொந்தி தன்னுடலில் ஒட்டிக்கொண்டு துன்புறுத்துகிறது என்று வேதனை கொண்டான்.

பயிற்சி மையத்தை விட்டு வெளியே வந்து நின்றான். சாலையைப் பார்த்தான். சாலையில் நடந்து செல்பவர்களின் உடலையும் அவர்களுடைய வயிற்றையும் பரிதாபமாகப் பார்த்தான். சிறுத்துப் போயிருக்கும் வயிற்றைப் பார்க்கப் பார்க்க அவனுக்குத் தன் மேல் கோபமாக வந்தது. ரோட்டில் நடந்து செல்பவர்களுக்கு எவ்வளவு அழகாக அளவாக வயிறு இருக்கிறது. ஏன் தனக்கு மட்டும் இவ்வளவு பெரிய வயிறு வளர்ந்திருக்கிறது. 'அய்யோ கடவுளே இந்த வயிறை வைத்துக் கொண்டுதான் வாழ்க்கை முழுக்க இருக்கவேண்டுமா, என்னுடைய வாழ்க்கை முழுக்க இந்த வயிற்றைச் சுமந்து கொண்டு திரிய வேண்டுமா' என்று சாலையில் நடந்தான். அவனால் நடக்க முடியவில்லை. ஏதோ மூடையைச் சுமந்து கொண்டு செல்பவதுபோல மூச்சு வாங்கினான். சிறிது தூரம் வேகமாக நடக்க முடிந்தது. பிறகு மெதுவாக நடந்தான். சாலையை வேகமாகக் கடக்கும் போது அவனது உடம்பு அதிரும். ஓடுவது அவனால் இயலாத காரியம். சாலையைக் கடப்பதற்கு நீண்ட நேரம் காத்திருப்பான். நேராக டாஸ்மாக் கடைக்குச் சென்றான். அவன் முழு நாள் விடுப்பு எடுத்திருந்தான். கையில் பணம் இருந்தது. பிற்பகல் நேரம் பாரில் சிறிய அளவில் ஆட்கள் அமர்ந்திருந்தனர். தனக்கு வேண்டியதை வாங்கிக் கொண்டு காலியாக இருந்த நாற்காலியில் அமர்ந்து கொண்டான். குடிக்கத் தொடங்கியதும் அவனுக்குச் சிந்தனை முழுவதும் தொந்தியின் மேல் குவிந்தது. எப்படி இவ்வளவு பெரிய தொந்தியை வளரவிட்டோம். ஆரம்பத்திலே கவனித்திருந்தால் இந்நேரம் திருமணம் முடிந்திருக்கும். தனக்குப் பின் பிறந்தவர்களெல்லாம் திருமணம் முடிந்து பிள்ளைகளைப் பள்ளிக்கூடத்திற்கு அழைத்துச் செல்கின்றனர். எம்காம் படித்துவிட்டு, ரேஷன் கடையில் வேலை செய்து கொண்டிருக்கும் போது இறந்துபோன அப்பாவின் வேலையை வாங்கி இன்னும் வெறும் ஆளாகத் திரிகின்றோம் என்று கவலைப்பட்டான்.

சிதம்பரம் குடித்துவிட்டு டாஸ்மாக்கிலிருந்து வெளியேறும் போது வெயில் குறைந்திருந்தது. மாலை ஐந்து மணியை நெருங்கிக்கொண்டிருந்தது. பாதி போதை தெளிந்திருந்தான்.

அவனால் குவார்ட்டருக்கு மேல் குடிக்க முடியவில்லை. அதுவும் மூன்று மணி நேரமாகக் குடித்தான். லேசான போதையில் தெருவில் நடக்க அவனுக்கு சந்தோஷமாக இருந்தது. சுய புத்தி இருந்தது. வாய் உளறல் நின்றிருந்தது. இன்னும் ஒருமுறை சிறுநீர் கழித்தால் சுத்தமாகத் தெளிந்துவிடும் என்று நினைத்தான். ஆனால் வேண்டுமென்றே தடுமாறினான். வேட்டியைக் கீழே இறக்கிவிட்டு நடந்தான்.

சிதம்பரம் நடுரோட்டில் நின்றான். அவன் வேண்டுமென்றே வேட்டியை அவிழச் செய்தான். வேட்டி அவிழ்ந்து ரோட்டில் விழுந்தது. அவனுக்கு வெட்கமாக இல்லை. ரோட்டில் கிடந்த வேட்டியை அவனால் குனிந்து எடுக்க முடியவில்லை. குனிந்தால் வயிறு தட்டி அப்படியே நின்றான். தடுமாறிக் கீழே விழுந்தவனை அங்கிருந்த கடைக்காரர்கள் தூக்கி விட முயன்றனர். அவர்களால் முடியவில்லை. ஐந்தாறு பேர் கூடி தூக்கி அவன் வேலை செய்யும் ரேஷன் கடையின் முன்னால் படுக்க வைத்தனர். கண்களை இறுக்கமாக மூடிக்கொண்டான்.

மூன்று

என்னுடைய பெயர் ராமமூர்த்தி. ஜெய்ஹிந்துபுரம் ராமர் என்றால் அனைவருக்கும் தெரியும். இரண்டு தினங்களுக்கு முன்பு என்னை அடையாளம் தெரியாத நான்கு பேர் கல்யாண மண்டபத்தில் வைத்து செருப்பால் அடித்து விட்டார்கள். எதற்கெனத் தெரியவில்லை. ஜெய்ஹிந்துபுரம் பன்டாபீசுக்குப் பக்கத்தில் வாடகை வீட்டில் குடியிருக்கிறேன். எனக்கு இரண்டு மகள்கள், ஒரு மகன் இருக்கிறார்கள். மூத்தவளின் பெயர் செல்வகுமாரி, இரண்டாவது மகளின் பெயர் மீனாகுமாரி, மகனின் பெயர் சிவகுருநாதன். மனைவியின் பெயர் மீனாட்சி. கல்யாண தரகுத் தொழில் செய்து வருகிறேன். அது எனக்கு முதலில் தொழிலாக இல்லை. சிம்மக்கல்லிருக்கும் வனிதா சைக்கிள் கம்பெனியில் கணக்கு எழுதிக் கொண்டிருந்தேன். என் மூத்த மகள் மாதுரி எலெக்ட்ரிக்கல்ஸ் கடையில் சேட்டண்ணாவிடம் வேலை பார்க்கிறாள். ‘வேலைக்குப்

போகமாட்டேன், வேலைக்குப் போகமாட்டேன். எனக்கு அந்த ஆளு பல்லப் பாத்தாலே பிடிக்கல' என்று தினமும் புலம்புவாள். திருமணம் வரை வேலைக்குச் சென்று கொண்டிரு என்று அவளை சமாதானம் செய்து வைத்திருக்கிறேன்.

என்னுடைய உறவினர்கள் தற்செயலாகப் பெண் பார்க்க ஊருக்கு வந்திருந்தனர். அவர்கள் பார்க்க வந்த பெண் பிடிக்காமல் போகவே, என் வீட்டுக்கு வந்தனர். என்னிடம் வேறு ஏதேனும் பெண் இருந்தால் பார்க்கலாம் என்று சொன்னார்கள். அவர்களை எனக்குத் தெரிந்த வீடுகளுக்கு அழைத்துச் சென்று பெண் பார்க்க வைத்து, அதில் ஒரு பெண்ணை மணமுடித்தும் வைத்தேன். அதிலிருந்து எனக்கு கல்யாணத் தரகுத் தொழில் ஒட்டிக் கொண்டது. இந்தத் தொழிலால் எனக்கு செருப்பு அடி கிடைத்திருக்கிறது என்பதை நினைக்கும் போது வெட்கமாக இருக்கிறது. வேதனை தருகிறது. தொழிலை விட்டுவிட்டு எங்காவது போய்விடவேண்டுமென்று நினைக்கிறேன்.

என்னை செருப்பால் அடிக்க வேண்டுமென முடிவு செய்தவர்கள் என் வீட்டுக்கு முன்னால் வைத்து அடித்திருக்கலாம். ரோட்டில் நடந்து போகும் போது அடித்திருக்கலாம். டீக்கடையில் டீ குடிக்கும் போது அடித்திருக்கலாம். ஆனால் கல்யாண மண்டபத்தில் வைத்து எதற்காக அடித்தார்கள் என்று தெரியவில்லை. இந்தச் சம்பவத்திற்குப் பின்னால் பெரிய சதித்திட்டம் இருக்க வேண்டும். சம்பவம் நடந்து இரண்டு தினங்கள் கழிந்துவிட்டது. இன்னமும் வீட்டுக்குத் தெரியாது.

சைக்கிள் கம்பெனியில் கணக்கெழுதத் தருகிற சம்பளத்தைவிட கூடுதலாக பணம் கிடைக்கிற ஆசையில் தரகுத் தொழிலுக்கு வந்தது எவ்வளவு பெரிய தவறு, எவ்வளவு பெரிய முட்டாள்தனம் என்பதை இப்போது புரிந்துகொள்ள முடிகிறது. பவுனுக்கு இவ்வளவு ரூபாய் என்று கமிஷன் தந்தார்கள். ஆரம்பத்தில் நியாயமான முறையில் பெண் பார்ப்பது, இரு வீட்டார்களுடன் ஒன்றாகப் பேசி முடிப்பது, அவர்கள் தருகிற தரகுப் பணத்தை வாங்கிக் கொள்வது என்று நல்ல எண்ணத்துடன் நடந்து

கொண்டேன். ஆனால் புருஷோத்தமனுடன் சேர்ந்து பழகியதற்குப் பிறகு, அவன் பேச்சைக் கேட்ட பிறகு, கமிஷனுக்கு ஆசைப்பட்டு என்னுடைய சுபாவத்தை மாற்றிக்கொண்டேன். பேச்சுவார்த்தைக் கூடி பூ வைத்து பரிசம் போடுகிற நாள் நெருங்க நெருங்க மாப்பிள்ளை வீட்டுக்காரர்களிடம் ஒன்றுக்கு இரண்டாக எதையாவது சொல்லி நகையைக் கூட்டச் செய்து கமிஷனை வாங்கினேன். அதில் பாதிக்கப்பட்டவர்கள் யாரேனும் திட்டமிட்டு என்னை இப்படிச் செய்திருக்கலாம்.

இரண்டு தினங்களுக்கு முன்பாக ஆரப்பாளையம் கிராஸ் ரோட்டில் இருந்த கல்யாண மண்டபத்தில் வைத்து என்னை செருப்பால் அடித்தவர்களைப் பற்றி விசாரித்துப் பார்த்தேன். குருவித்துறையிலிருந்து வந்தவர்கள் என்று சொன்னார்கள். குருவித்துறையில் யாருக்காவது திருமணம் செய்து வைத்திருக்கிறேனா என்று யோசித்துப் பார்த்தேன். அப்படி யாருமில்லை. யார் அவர்கள். எதற்காக இப்படி என்னிடம் நடந்துகொண்டார்கள். ஆனால் செருப்பால் அடிப்பதற்கென்று பிறந்தவர்கள் போல என்னை அடித்தார்கள். முகத்தில் ஒரே ஒரு அடி. வயிற்றில் முதுகில் என்று எங்கு அடித்தாலும் ஒரு அடிக்கு மேல் அவர்கள் அடிக்கவில்லை. இப்படி அடிக்க ஆரம்பித்து இப்படி முடிக்க வேண்டும் என்று பயிற்சி எடுத்து வந்து அடிப்பது போலிருந்தது. செருப்பில் அடிப்பதில் ஸ்பெஷலிஸ்ட்டுகளாக இருப்பார்கள்போல.

பல இடங்களில் இந்த மாப்பிள்ளைக்கு இந்தப் பெண் என்பதை நான் முடிவு செய்திருக்கிறேன். என்னை விட்டு விட்டு அவர்களாகப் பேசி முடித்தால் கல்யாண மாப்பிள்ளை பெண்ணைப் பற்றி தப்பான கதையைக் கட்டி ஊர் முழுக்கப் பரப்பி விடுவேன். திருமண மண்டபம் வரை வந்த இரண்டு மூன்று திருமணங்களை நிறுத்தியிருக்கிறேன். மாப்பிள்ளைக்கும் பெண்ணுக்கும் ஏற்கனவே வேறு கல்யாணம் நடந்ததாகக் கதைகளைச் சொல்வேன். அவர்களைப் பற்றிய கதைகள் ஆயிரம் ஆயிரமாக ஊர் முழுக்கப் பரப்புவேன். நல்ல மாப்பிள்ளை நல்ல பெண் என்று நான் முடித்து வைத்த

திருமணத்தை மாப்பிள்ளை வீட்டுக்காரர்களிடம் பெண் வீட்டுக்காரர்களைப் பற்றி ஆயிரம் குறைகள் சொல்வேன். பெண் வீட்டுக்காரர்களிடம் மாப்பிள்ளை வீட்டுக்காரர்களைப் பற்றி நூறு குறைகளைக் கதைகளாகச் சொல்வேன். இருவரும் மாறி மாறி பணம் தந்து என்னை ஆஃப் செய்வார்கள். அவர்களில்தான் யாரோ என்னை இப்படி மண்டபத்தில் வைத்து அவமானம் செய்திருக்கிறார்கள் என்று தோன்றியது. யாரென்று கண்டுபிடிக்க வேண்டும்.

அதுவும் ஸ்ரீபாலாவின் முன்னால். எவ்வளவு அவமானம். அசிங்கம். மூக்கில் அடித்தார்கள். முகத்தில் அடித்தார்கள். முதுகில் அடித்தார்கள். கடைசியாக அடிவயிற்றில் அடித்தார்கள். கண்டிப்பாகத் தொந்தியைக் குறைக்கச் சென்றவன்தான் இந்த ஏற்பாட்டைச் செய்திருக்க வேண்டும். அவன் பெயர் என்ன, மறந்துவிட்டேனே, ஆ, ஞாபகத்திற்கு வந்துவிட்டது. சிதம்பரம். அவன் தனக்கு ஸ்ரீபாலா கிடைக்கவில்லை என்கிற கோபத்தில் ஆட்களை ஏவிவிட்டு இப்படியாகச் செய்திருக்க வேண்டும். எம்காம் படித்த தன்னைப் பிடிக்கவில்லை என்று சொல்லியதை அவனால் ஏற்றுக் கொள்ள முடியவில்லை. “அவ காலேஜ்ஜில வாத்தியார் வேலை பாத்தான்னா பெரிய இவளா, தனியார் காலேஜ்காரன் நாளைக்கு வெளியே போன்னு சொன்னா வந்துடணும். எனக்கு அப்படியா முதலமைச்சர் கையில வேலை வாங்கியிருக்கேன். சாகுற வரைக்கும் எனக்கு அந்த வேலை உறுதி தெரியுமா. அவ கிட்டப் போய்ச் சொல்லுங்க” என்று என்னை டாஸ்மாக் கடையின் வாசலில் வைத்துத் திட்டினான். நல்ல மனிதன்தான். திட்டியதற்காக வருத்தப்பட்டு கடைக்கு அழைத்துச் சென்று சரக்கும் சாப்பாடு வாங்கிக் கொடுத்தான். அவனுக்கு ஸ்ரீபாலாவை திருமணம் செய்ய முடியவில்லை என்கிற கோபத்தில் ஆட்களைத் திரட்டி மண்டபத்திற்கு அனுப்பியிருப்பானோ என்கிற சந்தேகம் எனக்கு இருக்கிறது.

ஸ்ரீபாலாவை பெண் பார்க்க வந்த சிவகங்கை மாப்பிள்ளை சிதம்பரத்திடம் பேசி தொந்தியைக் குறைக்க ஏற்பாடு செய்தேன். ‘தொந்திய குறைச்சுட்டு வா. உனக்கு அந்தப்

பிள்ளையைக் கட்டி வெக்கிறேன்' என்று பிள்ளையைப் பெற்றவன் போல அவனுக்கு வாக்குக் கொடுத்தேன். மூன்று மாதங்கள் முடிந்துவிட்டன. வரவில்லை. நரசிம்மன் வெளிநாடு செல்வதற்குள் மாப்பிள்ளை பார்க்க வேண்டும் என்கிற அவசரத்தில் சுந்தரி இருந்தாள். அவர்கள் அவசரத்திற்கு உடனே திருமணம் முடித்து விட்டார்கள். ஒருவேளை ஸ்ரீபாலாவுக்கு மாப்பிள்ளை பார்த்துத் திருமணம் முடிக்கவில்லை என்று என் மனைவி இப்படி ஏற்பாடு செய்திருக்கலாமா. இருந்தாலும் இருக்கலாம். நூறு பவுன் நகை ஸ்ரீபாலாவுக்கு சீதனமாகத் தந்திருக்கிறார்கள். நூற்றி பதினாறு வகைப் பொருட்கள் இரண்டு லாரி நிறைய ஊர்வலமாகக் கொண்டு சென்றதை அவள் செய்தி தொலைக்காட்சி சானலில் பார்த்திருக்கிறாள். எனக்குச் சேர வேண்டிய தரகு கிடைக்கவில்லையென்கிற கோபத்தில் கூட அவள் இப்படிச் செய்திருக்கலாம். யாரையும் நம்ப முடியாது. பல யோசனைகள். பல குழப்பங்கள். பல வழிகளில் பல காரணங்களுக்காக பலரும் என்னை அடிக்க வாய்ப்புகள் இருக்கின்றன. யாரென்று கண்டுபிடிக்க வேண்டும். சீக்கிரத்தில் கண்டுபிடிக்க வேண்டும்.

குடிகாரனுக்கு குடி தருகிற போதையைப் போல, கல்யாணத் தரகு வேலை செய்வது எனக்கு போதையாக மாறிவிட்டது. அதிலிருந்து வெளியே வரமுடியவில்லை. இந்தப் பெண்ணிற்கு இந்த மாப்பிள்ளை என்று என்னுடைய மூளையில் ஒரு திட்டம் உருவாகும். நான் நினைத்த மாதிரி மாப்பிள்ளைக்குப் பெண் அமைய வேண்டும். அதேபோல் பையனைப் பார்த்தவுடன் இவனுக்கு இந்தப் பெண்ணைத்தான் முடித்து வைக்க வேண்டுமென்று தீர்மானித்து விடுவேன். நினைத்ததுபோல் பெண்ணுக்கு மாப்பிள்ளை அமைய வேண்டும். இதில் யார் தலையிட்டாலும் எனக்குப் பிடிக்காது. சில நேரங்களில் என்னையும் மீறி ஸ்ரீபாலாவின் திருமணத்தைப்போல கைநழுவி விடுவதும், கைமீறிப்போவதும் உண்டு. இது இரண்டாவது சம்பவம்.

முதல் முறையாக என்னிடமிருந்து கைநழுவிப் போனது பையனின் ஜாதகம். நல்ல சிவப்பு. உயரம். பளிச்சென்று

கண்கள். நீவிவிட்ட கத்தி மூக்கு. கைகளும் கால்களும் லட்சணமாக இருந்தன. அவனுடைய கால் பெருவிரலை வைத்து அவனுடைய தைரியத்தைக் கண்டுபிடித்துவிட்டேன். அவனது பெயர் ஆனந்த். வளையப்பட்டியில் பெண் இருந்தாள். அவளுடைய ஜாதகத்தை அவளது அப்பா வந்து தந்துவிட்டுச் சென்றிருந்தார். இரண்டு புகைப்படங்களையும் பக்கத்தில் வைத்துப் பார்த்தேன். உனக்கு மிஞ்சி நானா எனக்கு மிஞ்சி நீயா என்று போட்டி போட்டுக் கொண்டிருந்தனர். இருவரும் அவ்வளவு அழகு. அந்தப் பெண்ணின் பெயர் திலகா. டேய் ராமா இந்த மாப்பிள்ளைக்கு இந்தப் பொண்ணுதான். இந்தப் பொண்ணுக்கு இந்த மாப்பிள்ளைதான். முடிச்சே ஆகணும் என்று தீர்மானித்தேன். மாப்பிள்ளையின் அப்பா கடைசி வரை ஒத்துக்கொள்ளவில்லை. ‘அழகை வெச்சு ராத்திரியில என்னா செய்யப்போறான் எம் பையன். எல்லாத்துக்கு ஒண்ணுதாய்யா. சுத்த வெவரமில்லாத ஆளா இருக்கே. ஊரு உலகத்துக்கு என்ன தேவையோ அதுதான் எனக்கு ஏம்பையனுக்குத் தேவை’ என்று நகைக்கும் பணத்திற்கும் ஆசைப்பட்டார். திலகத்திற்குக் கொடுத்து வைக்கவில்லை. கடைசி வரை போராடினேன். திருமணம் முடிந்தால் அவர்கள் வாழ்க்கை நன்றாக இருக்கும் என்று ஆனந்தையும் திலகத்தையும் தனியாக இரண்டொரு தடவை சந்தித்துப் பேச வைத்தேன். எதுவும் நடக்கவில்லை. திலகத்தின் மனதில் ஆசை உண்டாகிவிட்டது. ஆனந்திற்கு வேறொரு இடத்தில் பெண் அமைந்து அவனுக்குத் திருமணம் முடிந்ததும் தூக்கு மாட்டிக்கொண்டாள். நல்லவேளையாகக் காப்பாற்றி விட்டார்கள். தூக்குக் கயிற்றை அறுத்து காப்பாற்றியவனுக்கே அவளது அப்பா அவளைத் திருமணம் செய்து கொடுத்தார். பிறகு என்ன செய்ய முடியும். சேலை பாவாடை எல்லாம் விலகி பாதி உடம்பாக இருந்தவளை ஊரே வேடிக்கை பார்க்கும் போது அவளது அப்பாவால் என்ன செய்ய முடியும். கயிற்றை அறுத்தவன் உடம்புக்கு ஆசைப்பட்டானா இல்லை அவளது கஷ்டத்தில் பங்கு எடுத்தானா என்று தெரியாது. திலகத்தின் அப்பா ஒருவேளை குருவித்துறையில் ஆட்களை ஏற்பாடு

செய்து என்னை செருப்பால் அடித்திருக்கலாம். இருக்காது. அந்த மனுஷன் நல்லவர். கல்யாணத்தன்று என்னைக் கையெடுத்துக் கும்பிட்டார். மணமக்களைக் காலில் விழச்செய்து விபூதி வைக்கச் செய்தார். சந்தனம் தடவச் சொன்னார். தாம்பூலப் பையில் ஆயிரம் ரூபாய் வைத்து 'இவ்வளவுதான் என்னால தரமுடிஞ்சது' என்று கௌரவமாக ஊருக்குப் பஸ் ஏற்றி வைத்தார். அவர் செய்திருக்க மாட்டார். வேறு யாராக இருக்கும். ஸ்ரீபாலாவாகக்கூட இருக்கலாம்.

ஸ்ரீபாலாவிடம் நாய் மூக்குக் கதையைச் சொன்னதால் அவமானத்தில் இப்படியான ஏற்பாட்டைச் செய்திருக்கலாம். அவளுக்கும் அவளது குடும்பத்திற்கும் தைரியம் இருக்கிறது. அவளது தம்பி ஸ்ரீஜெய் ஆட்களை ஏற்பாடு செய்திருக்கலாம். கல்லூரியில் வேலை செய்யும் பெண்ணிற்கு ரேஷன் கடையில் பில் போடுபவனைக் கல்யாணம் செய்து வைக்க உனக்கு எவ்வளவு தைரியம். உன்னால் முடியாத காரியத்தை நாங்கள் செய்திருக்கிறோம் பார். ஸ்ரீபாலாவைப் போலவே தனியார் கல்லூரியில் பேராசிரியராக வேலை பார்க்கும் மாப்பிள்ளைக்கு அவளைத் திருமணம் செய்து கொடுக்கிறோம் என்று தாலி கட்டி முடித்தவுடன் என்னைச் செருப்பால் அடித்திருக்கலாம். இந்தப் பத்து வருட கல்யாணத் தரகர் வாழ்க்கைக்குக் கிடைத்த பரிசும் பாராட்டும் அவமானமும் இது ஒன்றுதான்.

யாரை சந்தேகிப்பது என்று தெரியவில்லை. நினைத்துப் பார்த்தால் இத்தனை விரோதிகளா எனக்கு என்று கவலையாக இருக்கிறது. விரோதிகளைச் சரிகட்ட முடியாது. ஆனால் தப்பித்துக்கொள்ள இதனைச் சந்தர்ப்பமாக்கிக்கொள்ள வேண்டும். ஆரம்பத்திலேயே சரிசெய்ய வேண்டும். இந்தத் தொழில் செய்தது போதும். விட்டுவிட்டு திரும்பவும் வனிதா சைக்கிள் கம்பெனிக்குக் கணக்கு எழுதப் போகலாம். நாளைக்கு வெள்ளிக்கிழமை காலையில் எழுந்தவுடன் குளித்துவிட்டு மீனாட்சி அம்மன் கோயிலுக்குப் போய் வணங்கிவிட்டு கடைக்குப் போகவேண்டும்.

நான்கு

செல்வகுமாரி கட்டிலை விட்டு இறங்கியதும் ராகவனின் முகத்தில் காறித் துப்ப வேண்டுமென நினைத்தாள். இதற்குக் காரணமாக இருந்த தன்னுடைய அப்பாவை நான்கு பேருக்கு முன்னால் செருப்பால் அடிக்க வேண்டுமென நினைத்தாள். அவளுக்கு அவ்வளவு ஆங்காரமாக இருந்தது. ஆனால் இந்த இரண்டு காரியங்களையும் தன்னால் செய்ய முடியாது என்று அவளுக்குத் தெரியும். சேலையைச் சரிசெய்துகொண்டு கதவைத் திறந்தாள். வாசலில் ராகவனின் தங்கை ரேணுகா நின்றிருந்தாள். சிரித்தபடி நின்றவளின் கன்னத்தில் குழி விழுந்திருந்தது. அவளைப் பார்க்க எரிச்சலாக இருந்தது. அவள் விடிகாலையில் குளித்துப் புடைவை உடுத்தியிருந்தாள். அவளது பற்களைப் பார்த்தாள். வெள்ளையாக இருந்தது. ராகவனுக்கு இருப்பது போலில்லை.

வீடு அமைதியாக இருந்தது. அடுப்பில் காப்பியின் மணம் வந்தது சிறிது அவளை நிம்மதியடைச் செய்தது. ரேணுகா அவளை ஹாலிலிருந்த நாற்காலியில் அமரச் செய்தாள். அவளது கையில் புதுப்புடைவையும் உள்ளாடைகளும் வெள்ளைத் துண்டும் இருந்தன. ஆரஞ்சு நிறத்திலான சோப்பு டப்பா இருந்தது. அவள் தன்னுடைய முகத்தையும் உடலையும் பார்த்துக் கொண்டிருக்கிறாள் என்பதை மறந்தவளாக நின்றிருந்தாள் செல்வகுமாரி. அவளால் நடக்க முடியவில்லை. நிற்கவும் முடியவில்லை. இன்னும் சிறிது நேரம் படுத்திருக்கலாம் என்கிற எண்ணம் இருந்தது.

நடுஇரவுக்கு மேல் ராகவன் அவளிடமிருந்து தன்னை விடுவித்துக்கொண்டதற்குப் பிறகு அவன் நிம்மதியாக உறங்கினான். ஆனால் அவளால் உறங்க முடியவில்லை. ஐந்து திரி விளக்கை அணைத்தும் அணைக்காமலும் விட்டு விட்டு வந்தால் எதாவது ஒரு பக்கம் எரிவதும் அணைய முயலுவதுமாக இருந்து பின் தானாக அடங்கி புகைவது போன்ற உணர்வு அவளுக்கு அப்போது இருந்தது. இரண்டு

தொடைகளும் வலித்தன. சிறுநீர் கழிக்கும் இடத்தில் எரிச்சல் இருந்தது. குறிப்பாக இடுப்பு எலும்பு உடைந்துவிட்டது போன்ற வலி. அந்த வலியில் கால்கள் நடுங்கின. உடம்பு அதிர்வது இன்னமும் நிற்கவில்லை. உடல் மேலும் கீழும் அசைவது போன்ற உணர்ச்சி குறையவில்லை. ஆனால் தனக்கும் இதற்கும் எந்தச் சம்பந்தமுமில்லை என்பது போல் நிம்மதியாக படுத்திருந்தவனைப் பார்த்த போது அவளால் தாங்கிக் கொள்ள முடியவில்லை. கதவு தட்டும் சத்தம் கேட்டதும் புரண்டு படுத்தவன் அடிவயிற்றில் கால்களைத் தூக்கிப் போட்டான். அவளால் தாங்க முடியவில்லை. படுக்கையை விட்டு எழுந்துவிட்டாள்.

“சூடா காப்பி சாப்பிடுறீங்க மதினி” என்று கேட்டாள் ரேணுகா. அவள் கேட்டதற்காகக் கொஞ்சம் காப்பி குடிக்க வேண்டுமெனத் தோன்றியது அவளுக்கு. ஆனால் அவள் கொஞ்சம் கெத்தாக இருந்தால்தான் தன்னை இந்த வீட்டில் மதிப்பார்களென நினைத்து வேண்டாம் என மறுத்துவிட்டாள். திரும்பவும் அவள் ஆசையாக, “கொஞ்சம் குடிங்க. குடிச்சிட்டுப் போய் குளிங்க” என்றாள்.

செல்வகுமாரி, சரி என்று சொல்வதற்கு வாய்திறந்தாள். ஆனால் ஏற்கனவே செய்த முடிவை மாற்றிக்கொள்ள விரும்பவில்லை. “குளிச்சிட்டு வந்து குடிக்கிறேன்” என்று சொன்னாள். ரேணுகாவும் சரி என்று குளியலறைக்கு அழைத்துச் சென்றாள். குளியலறையின் கதவைத் திறந்து வைத்தாள். அவள் குளியலறைக்குள் சென்றதும் ரேணுகா மெதுவான குரலில், “ராத்திரி சந்தோஷமா இருந்தீங்க மதினி. அண்ணே உங்க கூட நல்லா பேசுனாரா” என்று கேட்டாள். செல்வகுமாரி பதில் எதுவும் சொல்லவில்லை. ஆனால் அவளைப் பார்த்துச் சிரித்துக் கொண்டாள்.

“சேலை பாவாடைய கழட்டி அந்த மூலையில வெச்சுருங்க. துவைக்க வேணாம்” என்றாள்.

“சரி”

“மஞ்சள நெறையா தேச்சுக் குளிங்க”

“சரி”

“உடம்பு முழுக்க மணக்கட்டும்” என்று சொல்லியவள் சிரித்துக் கொண்டாள். ஆனால் செல்வகுமாரி சிரிக்கவில்லை. கோபப்படவும் இல்லை. அவள் அங்கிருந்து சென்றதும் பாத்ரூம் கதவை அடைத்தாள். சேலையைக் கழற்றி மூலையில் வீசினாள். நிர்வாணமாக நின்றவள் தன் உடலைப் பார்த்தாள். அவளுக்கு அழுகை வந்தது. கண்ணீர் விட்டாள். தலையிலிருந்த பூவை எடுத்து அங்கிருந்த ஜன்னலில் வைத்தாள். ஹேர்பின்களை தலையிலிருந்து உருவி எடுத்து ஜன்னலின் ஓரத்தில் வைத்தாள். தலைமுடியை உதறிக்கொண்டாள். தலையில் தண்ணீர் ஊற்றினாள். பித்தளை அண்டாவில் இருந்த நீரை முழுக்கவும் ஊற்றினாள். தண்ணீர் தலையிலிருந்து நெஞ்சு, வயிறு, தொடை, கால்கள் வழியாக இறங்கி ஓடியது. காலைத் தூக்கி அண்டாவின் மேல் வைத்துக் கொண்டவள், தொடை இடுக்கில் தண்ணீரை ஊற்றினாள்.

குளித்து முடித்ததும் அவளுக்கு நிம்மதியாக இருந்தது. புதிய உடைகளை உடுத்திக் கொண்டாள். தலைமுடியை கொண்டையிட்டுக் கொண்டாள். ஆரஞ்சு சோப்பு டப்பாவை எடுத்துக் கொண்டு வெளியே வந்தாள். அதற்குள் வெயில் மதிலின் மேல் விழுந்திருந்தது. காகங்கள் வரிசையாக அமர்ந்திருந்தன. ஆட்டோ ஓடுகிற சத்தம் அவளது காதுகளுக்கு அருகில் கேட்டது. மெட்டி தரையில் உரசுகிற சத்தம் தனியாகக் கேட்டது. மெட்டி விரலை கவ்விப் பிடித்திருப்பது வேதனையாகவும் உறுத்தலாகவும் இருந்தது. அந்த உறுத்தலும் வேதனையுந்தான் தனக்குத் திருமணம் முடிந்துவிட்டது என்பதை உணர்த்துகிறது என்பதை நினைத்தவள் மெதுவாக நடந்தாள். கால் விரல்கள் தரையில் விழுந்ததும் சத்தம் எழுந்தது. அவளது அம்மா நடக்கும் போது பார்த்திருக்கிறாள். பக்கத்து வீட்டுப் பெண்கள் நடக்கும் போது கவனித்திருக்கிறாள். யாருக்கும் மெட்டி தரையில் உரசுகிற சத்தம் கேட்காது. பிறகு எதற்காக தனக்கும் மட்டும் வருகிறது என்று யோசித்தாள். தனக்கு மட்டுந்தான் எல்லா

சோதனைகளும் வருகிறது என்று அப்போது அவளுக்குத் தோன்றியது. இல்லையென்றால் இந்த மாப்பிள்ளையைத் தனக்குத் திருமணம் செய்து வைத்திருப்பார்களா என்று நினைத்துக் கொண்டாள். ராகவனின் பற்களை நினைத்தாலே அவளுக்கு வாந்தி வருவது போலிருந்தது.

திருமணம் முடிந்து பாலும் பழமும் சாப்பிட்டார்கள். முதலில் ராகவன் அவளுக்கு ஊட்டி விட்டான். அவள் வாங்கிக் கொண்டாள். திரும்பவும் செல்வகுமாரி அவனுக்குத் தரும் போது அவனது பற்களைப் பார்த்தாள். அரைகுறையாகப் பார்த்துவிட்டு தலையைக் குனிந்துகொண்டாள். அவளுக்குச் சந்தேகம் இருந்தது. அப்படியெல்லாம் இருக்காது என்று நம்பியவள் ராத்திரி அறைக்குள் சென்றாள். அவனது பற்களைப் பார்த்ததும் அவளுக்கு அழுகை அழுகையாக வந்தது. அடக்கிக் கொண்டாள். ஐயோ ஐயோ என்று தலையில் அடித்துக் கொள்ள வேண்டுமென்று தோன்றியது. முடியவில்லை.

எலெக்ட்ரிக்கல் கடை முதலாளி சேட்டண்ணாவின் பற்கள் முழுவதும் பாக்கும் வெற்றிலையும் புகையிலையும் மென்று மென்று காவியேறியதோடு பாதி அரித்திருக்கும். சிரிக்கும் போதும் பேசும் போது அவருடைய முகம் கொடூரமாக இருக்கும். வயசான மனுஷரைப் போலிருப்பார். முகம் பார்த்து பேச முடியாது. அந்தப் பற்களைத்தான் ஏழு வருடங்களாகப் பார்த்தபடி வேலை செய்து வந்தாள். அவரிடம்தான் கைநீட்டி சம்பளம் வாங்கினாள்.

சேட்டண்ணாவின் எலெக்ட்ரிக்கல் கடையில் வேலை செய்யும் போது அவளுக்கு எரிச்சலாக இருக்கும். இந்தப் பற்களைப் பார்ப்பதிலிருந்து தனக்கு எப்போது விடுதலை கிடைக்கும் என்று இன்மையிலும் நன்மை தருவார் ஆலயத்திற்குச் சென்று விளக்குப் போட்டு வருவாள். பாவம் சேட்டண்ணாவின் மனைவி. தினமும் மதியம் பனிரெண்டு மணிக்கு காய்கறிகள் வாங்க பணம் கேட்டு, கடைக்கு வந்து நிற்பாள். அவளது முக்காடு போட்ட முகத்தை இப்போது நினைத்தாலும் செல்வகுமாரிக்கு திகிலாக இருக்கும். சூம்பிய நெஞ்சும் பறிகொடுத்த முகமும்

டைப்பாயிடு காய்ச்சல் விழுந்து ஆஸ்பத்திரியிலிருந்து நேராகக் கடைக்கு வந்து வாசலில் நிற்கும் உடம்புமாக இருப்பாள். அவளது இரண்டு குழந்தைகளும் ஏங்கிப் போயிருந்தன. செல்வகுமாரி குழந்தைகளைத் தூக்கினால் ஏக்கமாக நெஞ்சை முட்டுவதற்கு வருவார்கள். செழுமையான நெஞ்சைக் காணாத குழந்தைகளின் ஏக்கம், வாய் வார்த்தையால் எவ்வளவு கொஞ்சினாலும் தீராது.

சேட்டண்ணா அந்தப் பற்களோடுதான் தினமும் லட்சக்கணக்கில் பணத்தை எண்ணினார். வாடிக்கையாளர்களிடம் சிரித்துப் பேசி டீ குடித்தார். வடை சாப்பிட்டார். அரை பாக்கெட் புகையிலையை உள்ளங்கையில் கொட்டி ஆசைதீரக் கசக்கி உருட்டி கீழ் உதட்டின் அடியில் ஒதுக்கிக் கொண்டார். மாதந்தோறும் சிரித்த முகத்தோடு சம்பளம் கொடுத்தார். ராகவனுக்கும் சேட்டண்ணாவுக்கும் ஒரே மாதிரியான பற்கள்தான்.

செல்வகுமாரிக்கு உடம்பெல்லாம் கூசின. கண்களை இறுக்கமாக மூடிக்கொண்டாலும் கண் முன்பாக அந்தப் பற்கள் வந்து நின்றன. உடம்பு புல்லரித்தது. காலம் முழுக்க இந்தப் பற்களைப் பார்த்துக் கொண்டுதான் வாழ வேண்டுமென்பது தன்னுடைய தலைவிதியாக இருக்கிறது என்பதை நினைத்தவளுக்கு குமட்டிக் கொண்டு வந்தது. இப்போது தன் கண் முன்னால் அந்த ஆளு வந்து நின்றால் அப்பா என்று கூட பார்க்காமல் செருப்பால் அடிக்க வேண்டுமென்று நினைத்தாள்.

செல்வகுமாரி சமையலறையின் முன்பாக வந்து நின்று “இந்த சோப்பு டப்பாவை எங்க வெக்க” என்று கேட்டாள். அறைக்குள்ளிருந்து வெளியே வந்த ரேணுகா, “மதினி குளிச்சிட்டீங்களா. சோப்பு டப்பாவ இங்க கொண்டாங்க. தண்ணி பத்துச்சா” என்று கேட்டாள். அவள் “குளிச்சிட்டேன்” என்று வார்த்தையைச் சுருக்கிக் கொண்டாள். “உங்க கண்ணும் மூக்கும் பாக்க பாக்க அழகா இருக்கு மதினி. எங்க அண்ணே உங்கள பொண்ணு பாத்துட்டு வந்ததிலிருந்து சொல்லிட்டே இருக்கும்” என்றாள். ரேணுகாவின் அம்மா அவளுக்கு தம்ளரில் காப்பி கொடுத்தாள். செல்வகுமாரி சிரித்தபடி வாங்கிக் கொண்டாள்.

செல்வகுமாரி தன்னுடன் பேசாமல் அமைதியாக இருப்பதைப் பார்த்துவிட்டு ரேணுகா அவளை சமையலறையிலிருந்து தனியாக அழைத்துச் சென்றாள். அவர்கள் வீட்டின் முன்பக்கம் சென்றார்கள். மாடிக்குச் செல்லும் படிக்கட்டுகளில் அவளை அமரச் சொன்னாள். செல்வகுமாரி அமர்ந்து கொண்டாள். அங்கிருந்து வாசல் வழியாக ரோட்டைப் பார்த்தாள்.

“மதினி சும்மா வெட்கப்படாம சொல்லுங்க” என்று சொன்னவள் அவளருகே அமர்ந்து கொண்டாள். அவளது கைகளைப் பற்றிக் கொண்டு “உங்களுக்குப் பிடிச்சிருக்கா. நேத்து ராத்திரி சந்தோஷமா இருந்தீங்களா” என்று கேட்டாள்.

ரேணுகா திரும்பத் திரும்ப இந்தக் கேள்வியை ஏன் தன்னிடம் கேட்டுக் கொண்டிருக்கிறாள் என்பது செல்வகுமாரிக்குப் புரியவில்லை. வேறெதுவும் பிரச்சினையாக இருக்குமா என்று அவளுக்கு சந்தேகமாக இருந்தது. ஆனால் அதை வெளியே காட்டிக் கொள்ளவில்லை. சிரிக்க மட்டும் செய்தாள்.

“சிரிக்குறப்ப உங்க பல்லுதான் மதினி அழகு. எம்முட்டு வெள்ளையா இருக்கு” என்று அவளது கன்னத்தைக் கிள்ளி முத்தமிட்டுக் கொண்டாள். செல்வகுமாரி அவள் சொல்லிய வார்த்தையில் சிறிது மயங்கிவிட்டாள். அவள், “நீயுந்தான் அழகு” என்று சொன்னதும் ரேணுகாவுக்குப் பிடித்திருந்தது. இன்னமும் நெருக்கமாக அமர்ந்து கொண்டாள்.

“காப்பி குடிங்க ஆறப்போகுது” என்றாள் ரேணுகா.

“நீ குடிச்சிட்டியா?”

“குடிச்சிட்டேன்.”

பெண் வீட்டில் இன்று கறி விருந்து. பிற்பகல் பனிரெண்டு மணிக்கு ஆட்டோவில் போக வேண்டும். இந்த வீட்டில் சமையல் வேலை எதுவுமில்லை என்று அவளுக்குத் தெரியும். காலையில் டிபன் சாப்பிட வேண்டும். அது மட்டுந்தான் வேலை. முதல்நாளில் தன்னை யாரும் பரிமாறச் சொல்ல மாட்டார்கள். பாத்திரம் கழுவி வைக்கவும் சொல்ல மாட்டார்கள் என்று செல்வகுமாரி நினைத்தாள். ராகவன் எழுந்து குளிக்கச்

சென்றிருக்கிறான் என்கிற தகவலை ரேணுகா அவளிடம் சொன்னாள். தன்னருகில்தான் அமர்ந்திருக்கிறாள். பிறகு எப்படி இவளுக்குத் தெரிகிறது என்று ஆச்சரியமாகப் பார்த்தாள் செல்வகுமாரி. இவளிடமிருந்து நிறைய விசயங்களைத் தெரிந்து கொள்ள வேண்டுமென்கிற ஆர்வம் அவளுக்கு வந்தது.

“சொல்லுங்க மதினி உங்க பல்லுக்கு பவுடர் போடுறீங்களா இல்ல பேஸ்ட் போட்டுத் தேய்க்குறீங்களா?” என்று கேட்டாள் ரேணுகா.

அவள் சொன்னாள்.

“கையில தேய்க்குறீங்களா இல்ல பிரஸ்ஸா?”

“பிரஸ்தான். இன்னைக்கு எடுத்துட்டு வரல. புதுசா ஒன்னு வாங்கணும்.”

“நான் அண்ணங்கிட்டச் சொல்லுறேன். அவரு வாங்கித் தருவாரு.”

“எங்க வீட்டில இருந்து வர்றப்போ எடுத்துட்டு வந்தேன். எந்தப் பையில இருக்குன்னு தெரியல தேடணும்” என்று சொன்னாள்.

“சரி பரவாயில்லை. புதுசா வாங்கலாம். வேற எதாச்சு வேணுமின்னாலும் சொல்லுங்க. நான் அவங்கிட்டே சொல்லி வாங்கித்தர்றேன்” என்று சொன்னவள் நிமிர்ந்து கீழ் உதட்டை விலக்கி தன்னுடைய பற்களைக் காட்டினாள்.

செல்வகுமாரி பயந்து போனாள். அவளுக்கும் ராகவனைப் போல பற்கள் இருந்தன. அழுகிய மாதுளை முத்துக்கள் அளவில் கருஞ்சிவப்பில் அரை குறையாக இருந்தன. “என்ன மதினி செய்யலாம்” என்று ரேணுகா கேட்டாள். செல்வகுமாரிக்கு அவளைப் பார்க்கப் பரிதாபமாக இருந்தது.

- ‘சிறுகதை’ அக்டோபர் 2022

நூறு பிள்ளைகள் பெற்றவள்

1

"சோத்துக்கா அலையுறேன். எத்தன நாளைக்கு ஏம்புள்ளைகள பட்டினி போட்டிருக்கேன். ஏம்புருஷன் செத்து பதினேழு வருஷம் முடிஞ்சு போச்சு. அந்த மனுஷன் சாகுறப்ப பெரியவளுக்கு அஞ்சு வயசு. ஒருத்தி பால் குடிக்கிறா இன்னொருத்தி தோள்ல தூங்குறா. இவளுக எவளுக்காச்சும் அந்தாளு மூஞ்சியத் தெரியுமா. அப்பா இல்லாத கவலயோடவா வளத்தேன். உடம்புலயிருக்கிற ரத்தமெல்லாம் தண்ணியா கொட்டும். அம்புட்டு வேலை. வேலைன்னா ஒருநா, ரெண்டுநா வேலையா. வருஷம் முன்னூறு நாளும் வேலை. நாத்து நட்டேன், பருத்தி எடுத்தேன், சாணி செமந்தேன், வெறகா வெட்டுறதுக்குப் போனேன். அடீ ஆத்தீ எம்புட்டு வேலை. எல்லாம் எதுக்குடீ புள்ளைகக் கேட்டதும் இல்லைன்னு சொல்லாமே வாங்கிக் கொடுக்கணுமுங்கிற வைராக்கியம்."

"யாரு இல்லன்னா. ஊருக்குத் தெரியும், உலகத்துக்குத் தெரியும், உன்னயப் பத்தி. இதெல்லாம் நீயா சொல்லணும் எனக்கு" என்று பேச்சியம்மா அத்தை பதிலுக்குச் சொன்னாள். அம்மாவின் பேச்சுக்கு மறுபேச்சுப் பேசினால் பெரிய சண்டையாகப் போகும் என்று அத்தைக்குத் தெரியும்.

“நாலு தோசைய சுட்டு நானும் ஏம்புருஷனும் ஆளுக்கு ரெவ்வண்டு தின்னுட்டு, அரை வவுறும் காவவுறுமா பொழைச்சுக்கிடந்தோம் மதினி, அந்த மந்தையில. ஒருத்தன் வந்து என்னான்னு கேட்டிருப்பானா இல்ல பாத்திருப்பானா. இன்னைக்கு ஏம்புள்ளக குமரிகளாகி லெட்சணமா தளதளன்னு கண்ணுக்குத் தெரியவும் ஆளூ மாத்தி ஆளூ வந்துட்டுப் போறாங்ஙே நீட்டிக்கிட்டு” என்று கையை முழம் போடுவது மாதிரி நீட்டிப் பேசியதும் அத்தைக்கும் மல்லீஸ்வரி பெரியம்மாளுக்கும் சிரிப்பு வந்துவிட்டது.

“எல்லா கழுதகளையும் கரையேத்திட்டு கட்டுன சேலையோட பிள்ள பெத்தவ மலைக்குப்போய் உக்காந்துக்கிறணும் பேச்சி. கடன்காரன், கப்புக்காரன் தோட்டத்துக்காரன் கோயில்காரன்னு எவன் மூஞ்சியிலயும் முழிக்கக்கூடாது. காது குத்தற ஊசியத் தூக்கி பெரியாத்துல எறிஞ்சிட்டு மலையேறணும்” என்று சொல்லும் போது, அம்மாவின் முகத்தில் அவ்வளவு வெறுப்பு இருந்தது. எனக்கு இந்தப் பேச்சைக் கேட்டுக் கேட்டுச் சலித்துவிட்டது. அம்மா இதை வருடமெல்லாம் சொல்லிக்கொண்டிருக்கிறாள். ஆனால் இந்த ஊரை விட்டு எங்கும் போகமாட்டாள். அவள் பேசப் பேச எனக்கும் மூணாவது அக்கா விஜயகுமாரிக்கும் கண்கள் சொக்கின. படுப்பதற்கு இடமில்லாமல் தவித்தோம். படுத்தால் அப்படியே உறங்கிவிடுவோம்.

மூத்த அக்கா ஈஸ்வரிக்கு கல்யாணம் முடிந்து மறுவீட்டுக்கு வந்திருக்கிறாள். அம்மா மாமாவிடம் ‘வாங்கப்பா’, ‘வாங்க தம்பி’ என்று பேசியதோடு சரி. மறுவீட்டுக்கு மாமா வந்ததும் அவள் வீட்டுக்குள் நுழையவில்லை. வாசலில் தாத்தாவின் கயிற்றுக் கட்டிலின் கால்மாட்டில் சாக்கை விரித்து அமர்ந்து கொண்டாள். தாத்தா, “படுத்துத் தூங்கு” என்று சொன்னதைக் கேட்கவில்லை. அம்மாவிற்குப் பேசுவதற்கு ஆள் கிடைத்தால் போதும் சோறு தண்ணீர் என்று எதுவும் வேண்டாம். தூங்காமல் முழு ராத்திரியும் பேசியபடி இருப்பாள். அம்மாவுக்கு மல்லீஸ்வரி பெரியம்மா ஒருத்திதான் பேச்சுத் துணைக்குச்

தோதான ஆள். இடத்துக்குத் தகுந்த மாதிரி அழுகிறதுக்கும் சிரிக்கிறதுக்கும் பெரியம்மாவை விட்டால் வேறு ஆளில்லை. அம்மா பேச ஆரம்பித்ததும் அக்காவும் நானும் உறங்கிடுவோம். இரண்டாவது அக்கா வெங்கிடலெட்சுமியும் மூன்றாவது அக்கா விஜயகுமாரியும் கடைசி அக்கா திலகாவதியும் நானும் வாசலில் தாத்தாவின் கட்டிலுக்கு அருகில் பாய் விரித்துப் படுத்துக்கொண்டோம். எதிர்த்த வீட்டு பேச்சியம்மா அத்தையும் மல்லீஸ்வரி பெரியம்மாவும் “வாங்கடீ எங்க வீட்டுல வந்து படுத்துத் தூங்குங்க” என்று அழைத்தார்கள். அம்மாவும் அவர்கள் வீட்டிற்குப் போகவில்லை, எங்களையும் அனுப்பவில்லை. உறக்கத்திலிருக்கும்போது கை, கால்கள் வெளியே தெரியக்கூடாது என்று பழைய சேலைகளைப் போர்வையாக எங்கள் மேல் போர்த்திவிட்டாள். எங்களுக்காக அத்தையும் பெரியம்மாவும் அவர்கள் வீட்டு வாசலில் சாக்கு விரித்துப் படுத்துக் கொண்டார்கள். பேச்சி அத்தை வந்ததும் அவள் வீட்டிற்குள்ளிருந்து கருப்பசாமி மாமா பெரிய மீசையைத் திருகிக்கொண்டு வந்தார். முத்துக்காளை பெரியப்பா லாந்தர் விளக்கை ஏற்றி நிலைப்படியில் வைத்திருந்தார்.

“மாப்பள கருப்பா செவலய அவித்துவிடுய்யா” என்று பெரியப்பா சொன்னார்.

பெரியப்பாவின் குரல் கேட்டதும் செவலை வீட்டிற்குள்ளிருந்து வந்து துள்ளிக் குதித்து தாத்தாவின் கட்டிலுக்குக் கீழே படுத்துக் கொண்டது. செவலைக்கு மனுஷனின் அறிவு. முகத்தைத் தரையில் நீட்டி வைத்து காதுகளை தாழ்த்தி வாலை சுருட்டிப் படுத்துவிட்டது. அதற்கு உறக்கம் வராது. தீக்குச்சி உரசுகிற சத்தம் கேட்டாலும் வள்ளென்று தவ்வி ஓடும். மாமாவும் பெரியப்பாவும் காலையில் வயக்காட்டுக்குத் தண்ணி காட்டப் போனதும் வந்துவிடுவதாகச் சொல்லியிருந்தார்கள். அவர்கள் வந்த பிறகுதான் விருந்து ஆரம்பிக்கும்.

அம்மா, கல்யாணம் முடிந்து வரும் மாமாவுக்கு வறட்டி அடுப்புப் புகையால் கண் எரிந்துவிடக்கூடாது என்பதற்காக புளிய விறகையும் சுள்ளிகளையும் பொறுக்கிக் கொண்டு

வீட்டிற்கு முன்பாக குமித்து வைத்திருந்தாள். ஈஸ்வரி அக்காவுக்குக் கல்யாணம் முடிந்து ஊருக்கு வந்ததும் அம்மாவுக்கு இந்த வேலைதான். கோயிலுக்குள் ஒடிந்து விழுந்த கொப்பு, சுள்ளிகளைப் பொறுக்கிப் பத்திரப்படுத்தி வீட்டுக்குக் கொண்டு வந்து சேர்த்திருந்தாள். சாக்குமூடையில் கட்டி பரணியில் வைத்திருந்த இரண்டு பெரிய பித்தளைத் தூக்கை நேற்றிரவு கழுவி வெயிலில் காய வைத்திருந்தாள். விடிந்ததும் தெக்கம்பட்டிக்குத் தாத்தா ஆட்டுக்கறி எடுக்கப் போக வேண்டும். எத்தனை கூறு கறி எடுக்க வேண்டுமென்கிற தாவா வந்து, ஆளுக்கு ஆள் மாற்றிப் பேசிக்கொண்டிருந்தனர்.

பலமாகத் தெரு நாய்கள் குரைக்கின்ற சத்தம் கேட்டு வெங்கிடு அக்கா என்னை எழுப்பினாள். அம்மா கட்டிலின் கால்மாட்டில் உறங்காமல் அமர்ந்திருந்தாள். “இன்னமும் விடியல” என்று தாத்தா சலித்துக்கொண்டார். இருட்டில் மூத்திரமிருக்கும் சத்தம் கேட்டது. “ஆம்பிளங்க போயிருக்காங்க. யாருன்னு தெரியல” என்று அக்கா சொன்னாள். அதற்குள் சத்தம் கேட்ட திசைக்கு, செவலை பாய்ச்சல் ஓட்டத்தில் ஓடியது. லாந்தர் விளக்கோடு மாமாவும் வாசலுக்கு வந்துவிட்டார். கையில் அவர் உயரத்துக்கு கம்பு இருந்தது. வீருசின்னம்மாள் கோயிலுக்கு அவருடைய தலைமையில் கம்பு சுற்றி கரகம் எடுத்து வருவார்கள். கம்பு, அவர் தலைக்கு மேல் நான்கு விரல் அளவு உயரம் இருந்தது. செவலை திரும்பி ஓடி வந்ததும் லாந்தரைத் தரையில் வைத்தார். செவலை வாயைத் திறந்து பேசாத குறைதான். ஆனால் என்ன விசயமென்று மாமாவுக்குச் சொல்லிவிட்டது. “முத்துக்காள” என்று மாமா குரல் கொடுத்ததும், “என்னாய்யா நாந்தான் ஒண்ணுக்குப்போயிட்டு நிக்கிறேன்” என்று பெரியப்பா சத்தம் கொடுத்தார் இருட்டுக்குள்ளிருந்து. அதன்பிறகு மாமா வீட்டிற்குள் சென்றார்.

“காலையில தம்பிக்கு மட்டும் ஈரல் கொழம்பு வெச்சிருவோம். நாலு கூறுகறி வாங்கிட்டு வந்துருய்யா. போதும். அதுக்கு மேலே வேணாம். ஆளுக குறைச்சலாத்தான் வருவாங்கன்னு மனசு சொல்லுது. முப்பது பேரு வந்தா ஜாஸ்தி. கொழம்புக்கு எலும்பும் குடலும் தனியா வாங்கிக்க. கொழுப்பில்லாத கறிய

பாத்து வாங்கு. முஞ்சிப்போனா பத்து மணிக்கு எத்தன ஆளுங்க வருவாங்கிற நெலவரம் தெரிஞ்சிரும். ஒரே பந்தியில அவங்கள உட்கார வெச்சு சோத்தப் போட்டு எழுப்பிறணும். எம்புட்டு ஆளுக வந்துற போறாக. அவ்வளவு பேத்துக்கும் இந்தா இப்படி வெச்சு அப்படி ஊத்திட்டு போயிரமாட்டேன்" என்று தாத்தாவிடம் அம்மா சொன்னாள். தாத்தா திரும்பிப் படுத்தார். அவர் முகத்தின் மேல் நிலா வெளிச்சம் விழுந்து மூக்கின் நுனியில் பளிச்சென வெளிச்சம் தெரிந்தது. தாத்தா இன்னமும் சுருட்டைப் பற்றவைக்கவில்லை. அதன் வாசம் வயிற்றைப் புரட்டிவிடும். அவர் சுருட்டைப் பற்றவைத்துவிட்டால் விடியப் போகிறது என்று சொல்லிவிடலாம். அந்தப் புகை வாடைக்கு எங்களுக்குக் கொல்லைக்குப் போக வேண்டுமென்று தோன்றும்.

எங்களிடம், யார் யாருக்கு என்னென்ன வேலை என்று அம்மா முன்கூட்டி சொல்லி வைத்திருந்தாள். வெங்கிடு அக்காவிற்கு வாசல் கூட்டி தெளித்து கோலமிடுகிற வேலை. விஜயகுமாரி அக்காவுக்கும் எனக்கும் நல்ல தண்ணி குழாயிக்குப்போய் மாமா குளிப்பதற்கும் சமையலுக்கும் தண்ணீர் பிடித்து வரவேண்டும். திலகா அக்கா சமையலுக்கு அம்மாவுடன் உதவியாக இருக்க வேண்டும். அம்மா எங்களிடம் இப்படி சொல்வதோடு சரி. யார் வேண்டுமென்றாலும் எப்போது வேண்டுமென்றாலும் எந்த வேலையையும் செய்யத் தயாராக இருக்க வேண்டும். கடைசியில் அடுப்பு வீட்டில் அவளுக்குப் பின்னால் உட்கார்ந்து அவள் சொல்கிற வேலைகளைச் செய்ய வேண்டும். இது இல்லாமல் மறுவீட்டு சமையலுக்கு என்று தனியாக பேச்சி அத்தையும் மல்லீஸ்வரி பெரியம்மாவும் அவர்களுக்குத் தொணையாக இரண்டு மூன்று கிழவிகளை நடுவீதியிலிருந்து அழைத்திருந்தாள். வெங்காயம் உரித்துத் தருவதற்குத் தனியாக ஒருத்தியை அழைத்திருந்தாள். அவர்கள் காலை இட்டிலிக்கு சாப்பிடுகிற வேளைக்கு வந்துவிடுவார்கள்.

வண்டி மாடுகளின் கழுத்து மணிச் சத்தமும் அதைத் தொடர்ந்து முதல் பஸ் ஊரைத் தாண்டிப் போவதும் தூரத்தில் கேட்டது. ரோட்டைக் கடந்து வண்டி மாடுகள் டப்பா மணியை ஆட்டிக் கொண்டு நடந்து செல்வது காற்றில் அலை அலையாக எழுந்து

அடங்கின. வாசலில் படுத்திருந்ததால் வெளிச்சத்திற்கு முன்பாக எழுந்து, சேலையைச் சுருட்டி வைத்தோம். பெரிய அக்கா வாசல் கதவைத் திறக்கும்வரை திண்ணையில் உட்கார்ந்திருந்தோம். அம்மா அவளுக்கு மட்டும் கேட்கிறதுபோல அழைத்தாள்.

“ஈசு.”

கதவு திறக்கவில்லை. அம்மா அழைத்தது அக்காவுக்குக் கேட்கவில்லை. “ஈஸ்வரி” என்று சிறிது பலமாக அம்மா குரல் கொடுத்ததும் பெரிய அக்கா வாசல் கதவைத் திறந்தாள். கதவைத் திறந்த வேகத்தில் அவள் வெடுவெடுவென்று உள்ளறைக்குச் சென்று கதவை சாத்தினாள். அவளை அம்மாவும் பார்க்கவில்லை. அக்கா அம்மாவையும் பார்க்கவில்லை. இரண்டு பேரும் தலைகுனிந்திருந்தனர். அம்மாவுக்குப் பின்பாக நாங்கள் நான்கு பேரும் வேகமாக நடந்து சென்றோம். அக்கா அறையைப் பூட்டிய பிறகும் பிச்சிப்பூவின் வாசத்தோடு அறையின் வெக்கையும் கலந்து திணுசாக முகத்திலடித்தது.

அம்மா அடுப்பு வீட்டிற்கு நுழைந்து இருட்டுக்குள் ஒளிந்துகொள்வதுபோல உட்கார்ந்தாள். அவளுடன் நாங்களும் உட்கார்ந்து கொண்டோம். அம்மா அரிசிப் பானைக்குள் வைத்திருந்த சுருக்குப்பையை எடுத்து இடுப்பில் சொருகிக்கொண்டாள். தாத்தா அதற்குள் வாசலுக்கு வழி விட்டு கட்டிலை நகர்த்தி இடம் மாற்றிப் போட்டார். அவர் சமையலறைக்குள் நுழைந்த போது சுருட்டு வாடை குப்பென்று அடித்தது. அம்மா தாத்தாவிடம் பணத்தை எண்ணிக் கொடுத்துவிட்டு, பால் வாங்க குத்துச்சட்டியோடு வாசலைக் கடந்து நடந்தாள். தாத்தா ஆட்டுக்கறி வாங்க சைக்கிளை எடுத்துக்கொண்டு தெக்கம்பட்டிக்குக் கிளம்பினார். தெக்கம்பட்டிக் கூறுகறிக்கு தனி ருசி. எலும்புக் குழம்புக்கும் கேப்பைக் கழிக்கும் தெகட்டாது.

வெங்கிடு எங்களைப் பார்த்தாள். அவளது கண்கள் பூனையின் கண்களைப் போலிருந்தன. மெதுவாக நடந்து பூட்டியிருந்த வாசல் கதவுக்கு அருகில் குத்த வைத்து உட்கார்ந்தாள். கதவில் காதை வைத்துக் கொண்டாள். அவளுக்கு என்ன

கேட்டதோ, பயந்தவளாக எங்களுக்கு அருகில் வந்து உட்கார்ந்தாள். பிறகு திலகா தைரியமாகச் சென்று கதவுக்கு அருகில் நின்று காதை வைத்துக் கேட்டாள். விஜயகுமாரியும் நானும் ஒருவரையொருவர் பார்த்துக் கொண்டோம். அவள் என் கைகளைப் பிடித்துக் கொண்டாள். அவளது முகத்தைப் பார்த்துப் புரிந்துகொண்டேன். சட்டிக்குள்ளாக இருந்த தம்ளர்களை எடுத்து வரிசையாக வைத்தேன். மாமாவுக்கு சீனிகாப்பி. எங்களுக்கு கருப்பட்டி காப்பி என்று ஏற்கனவே முடிவாகியிருந்தது. சீனி காப்பி போடுவதற்குத் தனியாக சட்டி எடுத்து வைத்துவிட்டு, எட்டிப் பார்த்தேன். விஜயகுமாரி கதவிலிருந்து முகத்தை சிரிப்புடன் எடுத்துக் கொண்டு வெட்கத்துடன் எனக்குப் பக்கத்தில் வந்து உட்கார்ந்தாள். அவள் உடம்பு சூடாக இருந்தது.

விஜயகுமாரிதான் அடுப்பைப் பற்ற வைத்தாள். தென்னை மட்டைகளில் தீப்பொருத்தி வைத்தாள். தீ முழுதாக எரிந்து காய்ந்த புளியங்கொப்புகளில் பற்றிய போது, “இந்தாடீ பாலு” என்று சத்தம் கேட்டது. நாங்கள் அனைவரும் ஒரே நேரத்தில் நிமிர்ந்து பார்த்தோம். அம்மா திகுதிகுவென நெருப்பு எரிவது மாதிரி நின்றிருந்தாள். பள்ளிக்கூடத்திற்குப் பக்கத்திலிருக்கிற பிள்ளையார் கோயிலுக்கு முன்பாக விடிகாலையிலிருந்து மாட்டைக் கட்டிப் போட்டுப் பால் விற்பார்கள். குறுக்குச் சந்துக்குள் நடந்தாலும் சென்று வருவதற்கு அரைமணி நேரமாகும். அம்மா நடந்துபோனாளா, பறந்துபோய் பறந்து வந்தாளா என்று தெரியவில்லை. விஜயா அக்காவிடம் பால் சட்டியைக் கொடுத்துவிட்டு உட்கார்ந்தாள். அக்கா, பால்சட்டியை அடுப்பு மேட்டில் தூக்கி வைத்தாள்.

தாத்தா ஹேண்ட்பாரின் இரண்டு பக்கமும் இரண்டு தூக்குவாளியைத் தொங்கவிட்டு தெக்கம்பட்டியிலிருந்து வருவதற்குள், ஐந்தாறு தடவை அம்மா வாசலில் நின்று தெருவைப் பார்த்துவிட்டாள். “இந்த மனுஷன் இன்னுமா கறிய வாங்குறாரு. போனோம் வந்தோமுன்னு இருக்க வேண்டாம்” என்று அடுப்பு வீட்டில் உட்கார்ந்து தாத்தாவைத் திட்டினாள். காப்பி வைத்து தம்ளரில் ஊற்றியதும், ஆளுக்கொரு தம்ளர்களை

எடுத்துக் கொண்டோம். சீனி காப்பிக்குத் தனி சட்டி. புது சில்வர் தம்ளர். பால் காப்பியை சில்வர் டம்ளரில் ஊற்றி அடுப்புமேட்டில் வைத்ததும் அதற்காகக் காத்திருந்ததுபோல பெரிய அக்கா கதவைத் திறந்து வந்து எடுத்துக்கொண்டாள். மாமாவுக்கு காப்பியைக் கொடுத்துவிட்டு வந்தாள். மாமா உள்ளறையிலிருந்து எழுந்து வந்து கொல்லைக்குப் போய் முகம் கழுவினார். அவருக்கு ஈஸ்வரி அக்கா முகம் துடைக்கத் துண்டை எடுத்துக் கொடுத்தாள். மாமா திரும்பவும் உள்ளறைக்குச் சென்றுவிட்டார். பெரிய அக்கா, சின்ன அக்காவை அழைத்துக் கொண்டு மந்தைக்குக் கிளம்பினாள்.

அம்மா, "யார்கிட்டயும் நின்னு பேசிட்டு இருக்கக்கூடாது ஈசு. போனோம் முக்குனோம் இருந்தோம் வந்தோமுன்னு வீட்டுக்கு வரணும்" என்று பெரிய அக்காவிடம் சொன்னாள். அவள் தலைகவிழ்ந்து சேலை முந்தியை இடுப்பில் சொருவியபடி "ம், சரி" என்று முனங்கியபடி நடந்தாள்.

"எதுக்குப் புதுச்சீலய கட்டிட்டு மந்தைக்குப் போற. பழைய சீல எதுவுமில்லய்யா. ஊரில இருக்குற முண்டைக கண்ணெல்லாம் சீல மேல விழுகும்" என்றவள், "சரி சரி போயிட்டு சீக்கிரம் வா" என்றாள். இருவரும் வேகமாக நடந்தார்கள்.

தெக்கம்பட்டியிலிருந்து தாத்தா வந்தார். வாசலில் சைக்கிளை நிறுத்தியதும் அம்மாவும் நானும் தூக்குவாளியை வாங்கிக் கொண்டு வந்தோம். தாத்தா அடுப்பு வீட்டிற்கு வந்து குத்துக்காலிட்டு உட்கார்ந்து கொண்டார். தாத்தாவிற்கு அம்மா கடுங்காப்பியை ஊற்றித் தந்தாள். அவரிடம் தந்த பணத்திற்கு அம்மா கணக்குக் கேட்டாள். கூறு கறி விலை எம்புட்டு என்று அம்மா கேட்டதற்கு தாத்தா பதில் சொன்னார்.

மாமா உள்ளறையை விட்டு வெளியே வந்ததும் அவரை அழைத்துக் கொண்டு தாத்தா குளத்துமேட்டுக்குப் போனார். அம்மா மடமடவென அடுப்பு வேலைகளைச் செய்யத் தொடங்கினாள். அவளும் விறகாக இருந்தால் அடுப்பில் விழுந்து எரிந்துவிடுவதற்குத் தயாராக இருந்தாள். அவ்வளவு வேகம் அவளிடம் இருந்தது. இரட்டை அடுப்பில் விறகை

மாற்றி வைத்து சட்டியைத் தூக்கி வைத்தாள். ஒன்றில் இட்டிலி சட்டியும் மற்றொன்றில் ஈரல்குழம்புக்குத் தண்ணீரும் கொதித்தது.

“வீதி அடுப்ப ஒருத்தரு போய் பாருங்க. தண்ணி கொதித்திருச்சுன்னா விறகாய தனிச்சி வைங்க” என்றதும் எனக்கும் அக்காவுக்கும் திக்கென்றது. இன்னமும் ரோட்டு அடுப்பைப் பற்ற வைத்திருக்கவில்லை. நானும் எனக்கு நேர் மூத்தவளும் வாசலுக்கு ஓடினோம். வாசலில் இருந்த அடுப்பை பற்ற வைத்தோம். காய்ந்த விறகின் மேல் கிழிந்த பழைய சாக்கைச் சுருட்டி பற்ற வைத்ததும் எரிய ஆரம்பித்தது. தண்ணிப் பானையைத் தூக்கி வைத்தோம். தகரத்தை பானையின் மேல் வைத்து மூடினோம். அம்மா எட்டிப் பார்ப்பதற்குள் தண்ணி சட்டி காய ஆரம்பிக்க வேண்டுமென வீட்டிற்குள் திரும்பவும் வந்தோம்.

ஈஸ்வரி அக்காவும் வெங்கிடு அக்காவும் மந்தையிலிருந்து வீட்டிற்கு வந்தார்கள். கொல்லைக்குப்போய் கால் கழுவிவிட்டு அடுப்பு வீட்டிற்கு வந்தார்கள். அக்காவின் சத்தம் கேட்டதும் அம்மா, “யாராச்சும் ஒருத்தரு முதல்ல குளிங்க” என்று சொன்னாள். பெரிய அக்கா நிமிர்ந்து அம்மாவின் முகத்தைப் பார்க்கவில்லை. அம்மாவும் திரும்பி அவளது முகத்தைப் பார்க்கவில்லை. வீட்டின் முன்பாகயிருந்த அடுப்பு புளிய விறகு தகதகவென எரிந்து சிவந்திருப்பது மாதிரி அக்காவின் முகம் சிவந்திருந்தது. எண்ணெய்ச் சட்டியில் ஈராங்காயை வதக்கிக் கொண்டிருந்த அம்மாவிடம், “கொண்டா நா வதக்கித் தர்றேன்” என்று சொன்னாள். அம்மா கரண்டியை கெட்டியாகப் பிடித்துக் கொண்டாள். “நீ போய் தம்பிய பாரு. முதல்ல குளி. குளிக்காம அடுப்பு வீட்டுக்கு வராத. அந்தப் பழக்கத்த பழகு முதல்ல” என்று குரலை உயர்த்திப் பேசவும் ஈஸ்வரி அக்கா எழுந்து கொண்டாள்.

வாசலில் தாத்தாவின் குரலும் மாமாவின் குரலும் கேட்டது. அக்கா வெளியே சென்றாள். மாமாவின் சத்தம் கேட்டதும் அம்மாவுக்குப் படபடப்பு கூடியது. இட்டிலி சட்டியைத் திறந்துப்

பார்த்தாள். குழம்பு கொதித்த வடைசட்டியை மூடி வைத்து அடுப்பு வேக்காட்டைக் கூட்டினாள். என்னிடம் "ரோட்டு அடுப்பில சுடுதண்ணிய போய் பாரு, சுட்டுருச்சிருன்னா ஏங்கிட்ட வந்து சொல்லு மசித்துணிய எடுத்துட்டு வர்றேன். நீங்க யாரும் தூக்கி ஊத்தக்கூடாது" என்று சொன்னதும் வாசலுக்கு ஓடினேன்.

கொல்லையில் மாமாவுக்குப் பித்தளை அண்டா நிறைய நல்ல தண்ணீர் ஊற்றி வைத்திருந்தோம். புதுத்துண்டும் வேட்டியும் எடுத்துக் கொண்டு அக்கா கொல்லைக்கு அருகில் நின்றிருந்தாள். கூடவே பல் விளக்குவதற்குப் பிரஸ்சும் பவுடரும் வைத்திருந்தாள். பவுடர் டப்பாவையும் பிரஸ்ஸையும் பார்ப்பதற்கு ஆசையாக இருந்தது. நீளமான பிரஸ் வெள்ளை நிறத்தில் பளிச்சென்றிருந்தது. மாமா முதலில் உள்ளங்கையில் பல் விளக்கும் பவுடரைப் போட்டுக்கொண்டார். தொட்டி தண்ணீரில் பிரஸ்ஸை நனைத்து பவுடரைத் தொட்டுத் தொட்டு பல் விளக்க ஆரம்பித்தார். வெள்ளையாக நுரை பொங்கி அவருடைய உதட்டின் வழியாக வடிந்தது. அவர் கொல்லையில் துப்பினார். அக்கா செம்பு நிறையத் தண்ணீரை முகர்ந்து கொடுத்தாள். அவர் வாய் கொப்பளித்தார். அவர் செய்கின்ற ஒவ்வொன்றையும் வேடிக்கைப் பார்த்தேன். எனக்கும் பிரஸ் வைத்து பவுடர் தொட்டுப் பல் விளக்க வேண்டுமென்கிற ஆசை வந்தது. அக்காவிடம் கேட்டால் தருவாள். அக்காவிடம் கேட்க வேண்டும். இரண்டாவது அக்காவும் மூன்றாவது அக்காவும் மந்தைக்குப் போக வேண்டுமென அடுப்பு வீட்டிலிருந்து வெளியே சென்றனர். அவர்கள் வருவதற்கு ஒரு மணி நேரமாகும். அதுவரை தனியாக இருக்க வேண்டுமென்று அம்மாவின் அருகில் உட்கார்ந்து கொண்டேன். அம்மாவின் முகத்தைப் பார்ப்பதற்குப் பயமாக இருந்தது. அடுப்பில் எரிகிற விறகுபோல் தகதகவென்றிருந்தாள். கண்கள் ரத்த கலரில் இருந்தது. அவளுக்கு எந்த நேரத்தில் கோபம் வந்து பேயாக ஆடுவாள் என்று தெரியாது.

2

வெள்ளப்பட்டிக்கு வடக்கு திசையில் பெரிய மலை இருக்கிறது. மலைஅடிவாரத்தில் மலைக்குச் செல்லும் பாதையின் இருபுறங்களிலும் சோளக்காடும் வயலும் வாழைத்தோட்டங்களும் கரும்புத்தோட்டங்களும் இருக்கின்றன. இடையில் இரண்டு கடலைத்தோட்டமும் பருத்திக்காடும் தனியாக இதோடு ஒட்டாமல் இருக்கின்றன. தோட்டத்தையும் வயலையும் கடந்து மலைக்குச் செல்ல வேண்டும். ஊர்க்காரர்கள் அந்த மலையை, 'பிள்ள பெத்தவ மலை' என்று அழைத்தார்கள். அம்மாவுக்குக் கோபம் வந்து ஆடி ஓய்ந்த பிறகு 'பிள்ள பெத்தவ மலைக்குப்போய் உக்காந்துறணும்' என்று சொல்வாள். ஆனால் ஒருநாள் கூட அந்த மலைக்குச் சென்றதில்லை. காசியக்கா இறந்தபோது இரவு யாருக்கும் தெரியாமல் அடிவாரம் வரை நடந்து சென்றவள் மயங்கி கரும்புத் தோட்டத்தில் விழுந்துவிட்டாள். காலையில் தோட்டத்துக்கு வயல் வேலைக்குச் சென்றவர்கள் அவளைப் பார்த்து தண்ணீர் கொடுத்து தெளிச்சியடையச் செய்து மாட்டு வண்டியில் ஊருக்கு அனுப்பினார்கள்.

ரொம்ப காலத்திற்கு முன்பு அந்த மலையில் வயதுக்கு வந்த குமரி ஒருத்தி தனியாக வாழ்ந்து வந்தாள். அவளுக்கு நூறு பிள்ளைகள் பிறந்தது. ஒவ்வொரு பிள்ளையும் பிறந்த அன்றே இறந்தும் விடும். இறந்த குழந்தைகள் காட்டில் மரமாகி வளர்கிறார்கள் என்று அவளைப் பற்றி கதையாகச் சொல்வார்கள். ஊர்க்காரர்கள் அவளது பெயரைச் சொல்வதில்லை. 'நூறு பிள்ளகள் பெத்தவள்' என்று சொல்வதைக் கேட்டிருக்கிறேன். ஆனால் அம்மா அவள் பெயரைச் சொல்லி எங்களை பயமுறுத்துவாள். "இந்தா நல்லம்மா வர்றா மலையிலிருந்து. மலையிலிருந்து இறங்கி வந்துட்டா. பிள்ளைகளா, வீட்டுக்குள்ளே ஓடி ஒளிஞ்சுக்கங்க" என்று எங்களை சிறுவயதில் பயமுறுத்தி இருக்கிறாள். அவளும் பயந்தவள்மாதிரி வீட்டிற்குள் ஓடிவந்து கதவை அடைத்துக்கொள்வாள். எங்களுடன் மூலையில் உட்கார்ந்து கொள்வாள்.

அந்த மலை அடிவாரத்திற்கு காசியக்காவும் அம்மாவும் விறகு

எடுக்கப் போவார்கள். அதிகாலையில் நிலவு தேய்வதற்கு முன்பு வீட்டை விட்டுச் செல்பவர்கள் இருட்டி விளக்கு பொருத்துகிற நேரத்திற்கு ஊருக்குள் வருவார்கள். அவர்கள் கொண்டு வந்த விறகைத் திண்ணையில் அடுக்கினால் தகரத்தை முட்டி நிற்கும். காசியக்கா இறந்த பிறகு அம்மா தனியாக விறகெடுக்கப் போவதில்லை.

தாத்தாவும் பாட்டியும் தங்களுக்குப் பிறந்த முதல் பிள்ளைக்கு நல்லம்மா என்று நூறு பிள்ளைகள் பெத்தவளின் பெயரை வைத்தார்கள். நூறு பிள்ளைகள் பெத்த நல்லம்மா இறந்துபோனாள். ஆனால் அவள் பெற்ற நூறு பிள்ளைகளும் மரங்களாகி காட்டுக்குள் நின்றிருக்கின்றனர். ஒன்றுக்குப் பின் ஒன்றாக, ஒன்றுக்குப் பக்கத்தில் ஒன்றாக. நல்லம்மாளுக்குத் தொண்ணூற்றி ஒன்பது பெண் குழந்தைகளும் ஒரே ஒரு ஆண் குழந்தையும் பிறந்தது. தாங்கள் பெற்ற பிள்ளை தங்களது கண் முன்னால் மரங்களாகிப் போனதை நினைத்து நல்லம்மாளின் கணவன் முதலில் இறந்தான். பிறகு அவள் இறந்தாள்.

அம்மா, எங்களுடைய அப்பா இறந்தவுடன் எங்களை அழைத்துக் கொண்டு தாத்தாவின் ஊரான வெள்ளப்பட்டிக்கு வந்துவிட்டாள். நான் அப்போது அவளது வயிற்றில் நான்கு மாதக் குழந்தையாக இருந்ததாகச் சொல்வாள். வயிற்றில் வளர்வது ஆண் குழந்தை என்று மிகவும் ஆசையாக வளர்த்தாள். ஆண் குழந்தை பிறக்கும் பிறந்து தன்னையும் பெண் குழந்தைகளையும் காப்பாற்றுமென அம்மாவும் தாத்தாவும் பாட்டியும் மாமாவும் அத்தையும் சித்தியும் தெருக்காரர்களும் ஊர்க்காரர்களும் நினைத்தார்கள். நானும் பெண்ணாகப் பிறந்ததும், 'போதுமாத்தா போதும், அஞ்சும் பொம்பளையா பெத்தது' என்று சொன்னார்கள். அதற்கு அம்மா, 'நீங்க கேட்டாலும் எனக்கு ஆம்பளப் புள்ள பெறக்கவா போகுது. கொடுப்பினை அம்முட்டுதா' என்று கண்களைத் துடைத்துக் கொண்டு சொன்னாள்.

எங்கள் அப்பாவின் பெயர் சொக்கத்தங்கம். அவருடைய ஞாபகமாக அம்மா இருக்கட்டுமென்று அம்மா எனக்கு

தங்கஜோதி என்று பெயர் வைத்தாள். அம்மாவுக்கு ஐந்தும் பெண் குழந்தைகள். எங்களைப் பெற்று வளர்த்து மூத்த அக்கா ஈஸ்வரிக்குக் கல்யாணம் செய்து தர அவள் பட்டபாட்டை நினைத்தபொழுது உறக்கம் வராது. சாப்பிட முடியாது. சில நேரங்களில், நூறு பிள்ளைகள் பெற்றவள் மலைக்குப் போய்விட வேண்டுமென்று அவள் சொல்வது நியாயம் என்று தோன்றும். அவள் மேல் இரக்கப்படுவார்கள். ஆனால் அவளது கோபத்தை நேரில் பார்ப்பவர்கள் பயந்து போவார்கள். திரும்பிப் பார்க்கமாட்டார்கள். ஜென்மத்திற்கும் பேசமாட்டார்கள்.

நானும் வெங்கிடு அக்காவும் மதியம் பள்ளிக்கூடத்திலிருந்து வீட்டுக்கு வந்ததும் அடுப்பு மேட்டில் சோறு இல்லையென்று கோயிலுக்குப்போய் அம்மாவைத் தேடினோம். கோயிலில் காதுகுத்து. அம்மா சேலையைத் தூக்கிச் சொருகி, “இந்தா மாமாவ பாரு, தாத்தாவ பாரு” என்று மொட்டை எடுத்த கைப்பிள்ளையின் ஜவ்வுகாதை இழுத்து வைத்து காது குத்தும் சன்ன ஊசியில் குத்தினாள். குழந்தை வீல் வீல் என்று கத்தியது. அம்மா, “இந்தா அம்முட்டுதான் சாமீ முடிஞ்சிருச்சு” என்று குப்பா தோட்டை மாட்டிவிட்டு சந்தனம் பொட்டு வைத்தாள்.

“திருகாணிய மாத்துங்க” என்று காதுகுத்து வீட்டுக்காரர்களுக்கு யோசனை சொன்னாள்.

“அவங்க அய்யா பார்த்த வேலைய இந்தம்மா பாக்குறாங்க...”

“கலெக்டரு உத்தரவு வாங்கித் தாய்யா இந்தக் கோயில்ல காது குத்துற ஊசிய கையில பிடிச்சிருக்கேன். அண்ணன் தம்பி சித்தப்பன் பெரியப்பன்னு எத்தன எடஞ்சல். ஆம்பள இல்லாத பொம்பள, நல்லாயிருக்கட்டுமுன்னு மனுஷனுக்கு நெனைக்க முடியுதா. இல்ல கேட்குறேன். பரிதாபப் படுறவனுக்கு எங்க கண்ணு தெறந்து இந்த மகமாயீ பாக்கப் போறா. ஒரே தடவை சொன்னேன். மகமாயீ காது குத்துற ஊசி ஏங்கைக்கு வரல, உன்ன நான் என்னைக்கும் வந்து பாக்கமாட்டேன்னு...”

“கேஸ் இன்னுமா நடக்குது?”

“யாருக்குத் தெரியும். போலீஸ்காரங்களைக் கூட்டிட்டு வந்து

அரட்டுனாங்க. மிரட்டுனாங்க. ரெண்டு தடவை சாமி ஆடுறது மாதிரி திட்டுனதும் திரும்பிப் போயிட்டானுங்க. காசு பணமுல்லைன்னா நெஞ்சுல தைரியமும் இல்லாமலா போகும்."

அம்மா கூட்டத்தில் நின்றிருந்தவர்களுடன் பேசிக் கொண்டிருந்தாள். அவள் அருகில் நின்று, "அம்மா பசிக்குது" என்று சொன்னதும் "பொறுடீ நீ ஒருத்தி. என் பேச்ச ஒருத்தரு கேட்குறதுங்கிறது பெரிய விஷயம்" என்று திரும்பவும் பேச்சை ஆரம்பித்தாள்.

அம்மாவைப் பேசவிடாமல் அக்கா, "பள்ளிக்கூடத்துக்கு நேரமாகுதும்மா சோறு போடு" என்று சொன்னதும் அவளுக்குக் கோபம் வந்து விட்டது. எங்கள் இருவரையும் பக்கத்தில் கிடந்த வேப்பங்குச்சியை எடுத்து அடித்தாள். ஒரு அடி இரண்டு அடி இல்லை. மகமாயீ கோயிலிலிருந்து வீடு வரைக்கும் அடித்து இழுத்து வந்தாள். அக்காவிற்கு முதுகுத்தோல் உரிந்து சிவப்பு நிறத்தில் ரத்தம் வரிவரியாகத் தெரிந்தது. எனக்கு காலிலும் உட்காரும் இடத்திலும் தடித்துவிட்டது. தாத்தா மஞ்சள் அரைத்து நல்லெண்ணெயைக் காய்ச்சித் தடவிவிட்டார்.

"கோவத்த குறைச்சுக்க நல்லம்மா" என்ற தாத்தாவைப் பிடித்துத் தள்ளிவிட்டு வீட்டிற்குள் போய் படுத்துவிட்டாள். அன்று முழுக்க சமைக்கவில்லை. தோட்டத்து வேலைக்குப் போய் வந்திருந்த பெரிய அக்கா ஈஸ்வரி, "யாரு வந்து எது தந்தாலும் வாங்கதீங்க. நாமளும் கண்ணை இறுக்கமா மூடிட்டு படுத்திருப்போம். பிசாசு இறங்கிப்போனதும் அதுவா வந்து நிக்கும்" என்று சொன்னாள். மல்லீஸ்வரி பெரியம்மாவும் பேச்சி அத்தையும் சாப்பிடுவதற்குச் சோறு கொண்டு வந்து தந்தார்கள். நாங்கள் எதையும் வாங்கிக் கொள்ளவில்லை. அவர்கள் வீட்டுக்குள் சென்று அம்மாவை எழுப்பினார்கள். அம்மா அவர்கள் பேச்சைக் கேட்கவில்லை. தாத்தா வாசல் திண்ணையில் அமர்ந்திருந்தார். அவர் வயிறு ஒட்டிப்போயிருந்தது. உதடு காய்ந்திருந்தது.

"பிள்ளைக வந்து பசிக்குதுன்னு சொன்னது குத்தமா" என்று மல்லீஸ்வரி பெரியம்மா சத்தம் போட்டாள்.

“நீ ஓம்வேலை மசுரப் போய் பாரு” என்று திட்டவும் பெரியம்மா கொண்டு வந்த சோற்றை எடுத்துக்கொண்டு வீட்டிற்குச் சென்றுவிட்டாள். விளக்கு பொருத்தும் நேரம் வந்தது. தாத்தா எழுந்து குண்டு பல்பை எரியவிட்டார். மாடாக்குழியிலிருந்த சிட்டியின் திரியை ஏற்றினார்.

அதற்குப் பிறகு அம்மா எழுந்து வந்து அடுப்பறைக்குப் போனாள். அவளாகச் சமைத்து தட்டில் சோற்றை வைத்தாள். தாத்தாவுக்குச் சோறு வைக்கவில்லை. சாப்பிட வாங்க என்று சொல்லவில்லை. ஈஸ்வரி அக்கா, அம்மாவின் முகத்தைப் பார்த்தாள். அம்மா, “அந்தாளுக்குத் தட்டில சோத்தப்போட்டுக் கொடுத்துட்டு வா” என்று சொன்னாள். அக்கா ஆசையோடு தட்டில் சோறு போட்டு தாத்தாவுக்குக் கொடுத்தாள். தாத்தா வேண்டாமென்று சொல்லவில்லை. தட்டை வாங்கி வைத்துக் கொண்டார். சாப்பிடவில்லை. மூடி வைத்தார். காலையில் விடிவதற்கு முன்பாக தட்டிலிருந்த சோற்றில் தண்ணீர் ஊற்றிக் கரைத்துக் குடித்துவிட்டு பெரிய அக்காவிடம், “வெறகு வெட்டுறதுக்கு மாணிக்கங்கூடப் போறேன்” என்று சைக்கிளை எடுத்துக் கொண்டு சென்றார்.

தாத்தா நாள் முழுக்க சாப்பிடாமல் பசியோடு இருந்தால் தலை சுற்றுகிறது என்று எங்களிடம் சொல்வார். காட்டுக்குப் போய் விறகு வெட்டி, சுமந்துகொண்டு வந்து ஊர்க்காரர்களுக்கு இல்லையென்றால் டவுனிலிருக்கும் ஹோட்டல்காரர்களுக்கு விற்றுவிடுவார். விறகு விற்ற காசில் பொரியும் கடலையும் வாங்கி வருவார். மீதிப் பணத்தைச் சேர்த்து வைத்து ஈஸ்வரி அக்காவுக்குக் கால் கொலுசு வாங்கித் தருகிறேன் என்று சொன்னதற்கு அம்மா, “நீ ஒண்ணும் செய்ய வேண்டாம் காசைக் கொடு” என்று சொன்னாள். தாத்தா, “காசு ஏங்கிட்டே இருக்கட்டும். அவசர ஆத்திரத்திற்கு வேணுமில்ல” என்றார். அம்மாவுக்குக் கோபம் வந்துவிட்டது. உடனே தனக்குப் பக்கத்திலிருந்த வாசல் பெருக்கும் மாறை எடுத்து தூர எறிந்தவள், “துட்டைத் தந்துட்டு வீட்டில இருக்கிறதா இருந்தா இரு. இல்லேன்னா வெளியேறிரு” என்று கத்தினாள். தாத்தா

காசை அம்மாவுக்குப் பக்கத்தில் வைத்துவிட்டுத் திரும்பிப் பார்க்காமல் வாசலுக்கு வந்துவிட்டார். அம்மாவிற்குக் கோபம் வந்தால் என்ன நடக்கிறது என்று அவளுக்குத் தெரியாது. கோபம் குறைந்த பிறகு ஒன்றும் நடக்காததுபோலப் பேசுவாள். அவள் சிரிக்கும்போது சிரிக்க வேண்டும். இல்லையென்றால் சண்டை திரும்பவும் வந்துவிடும். ஏதாவது இடத்தில் கொக்கி போட்டுப் பிடித்து சண்டைபோட ஆரம்பித்துவிடுவாள்.

“பதினாறு வக்கனை வெச்சு வாழைஇலை விரிச்சு உட்காந்தா காத்து மண்ணை அள்ளிக் கொட்டுது. கொட்டுன மண்ணைத் தள்ளவா முடியும். இல்ல, மண்ணோடு திங்கவா முடியும்?”

அம்மா திடீரென்று இப்படிப் பேச ஆரம்பித்தால் உடனே தாத்தா வீட்டை விட்டு வெளியேறிவிடுவார். எதுக்கு இந்தப் பேச்சை சொல்கிறாள் என்று புரியாது. அம்மா பேசும் போது பதிலுக்கு யாரும் பேசக்கூடாது. இல்லையென்றால் அதற்கும் சண்டை வரும். ஆமாம், சரிதான் என்று சொல்லிவிட்டு எழுந்து போய்விடவேண்டும். பதிலுக்குப் பதில் பேச முடியாது.

பக்கத்து வீட்டு காசியக்கா புத்திமதி சொன்னதைக்கூட அம்மா கேட்கவில்லை. இத்தனைக்கும் காசியக்காவும் அம்மாவும் பள்ளிக்கூடத்திற்கு ஒன்றாகப் போய் வந்தவர்கள். உசிருக்கு உசிராகப் பழகி வந்தவர்கள். அவளிடம் அம்மா நாலொன்றுக்கு யோசனை கேட்டு வருவாள். பேச்சி அத்தைக்கும் மல்லீஸ்வரி பெரியம்மாவுக்கும் தெரியாமல் காசியக்காவிடம் போய் பேசுவாள். அக்காவும் அம்மாவுந்தான் மந்தைக்குப் போவார்கள். பெரியம்மாவும் அத்தையும் அவசரத்திற்கு ‘வாடீ’ என்றால் அழைத்தால் ‘வரல’ என்று மறுத்துவிடுவாள். அவர்களும் “நாங்க கூப்பிட்டா நீ வருவீயா, ஓம் சோட்டுக்காரி கூப்பிட்டதும் சீலயத்தூக்கிட்டு போயிருவ” என்று கேலி செய்வார்கள். அம்மா, “அதுக்கில்ல மதினி, அவளும் என்னய மாதிரி புருஷங்காரன காவு கொடுத்துட்டு நிக்குறா. அவளுக்கு யாரு இருக்கா. எனக்காச்சு நீங்க இருக்கீங்க” என்று சொல்லி சமாதானப்படுத்துவாள். அப்படி இருந்தவள் அவள் கோபத்தால்தான் காசியக்காவுடன் சண்டைக்காரியாகப் போனாள்.

காசியக்கா, "நல்லம்மா உன் கோபத்தால புள்ளைகளோடு வாழ்க்கை சீப்படப்போகுது. கோபத்தைக் குறைச்சுக்கடீ. நான் உனக்கு நல்லதுக்குத்தான் சொல்லுறேன்" என்று சொன்னதற்கு அம்மாளுக்கு வந்ததே கோபம். சண்டை போட்டாள். இரண்டு வருடம் அத்தையுடன் பேசவில்லை. எங்களையும் பேசக்கூடாது என்று சொல்லிவிட்டாள். இரண்டு மூன்று முறை அத்தை அவளாக வந்து பேசியிருக்கிறாள். பதிலுக்கு அம்மா முகங்கொடுக்கவில்லை. அத்தையும் உனக்கு நானென்ன இளச்சவளா என்று சாகும் நாள் வரைக்கும் பேசவில்லை. அடிவாரத்திற்கு விறகு எடுப்பதற்குக்கூட போவதில்லை. காசியக்கா இறந்ததற்கு அம்மாவும் தெருக்காரர்களுடன் தெருக்காரர்களாக வாசலில் நின்று சேலை முந்தியை வாயில் வைத்து ஒப்புக்கு உட்கார்ந்து எழுந்தாள்.

"கல்யாணத்தக்கூட சமாளிச்சிருலாம் காசி. மறுவீட்டுக்கு வர்றவங்கள சமாளிக்கிறதுதான் பெரிய கஷ்டம். செஞ்சு வெச்சா யாரும் வரமாட்டேங்நே, அளவா ஆக்கி வெச்சா படையெடுத்து வர்றது கணக்கா வந்து சேருவாங்நே" என்று அம்மா பெரிய அக்காவுக்கு கல்யாணத்திற்கு முன்பே அவளிடம் புலம்பினாள்.

காசியக்காவும் "அதெல்லாம் வந்து சேர்ந்துருவாங்ங நல்லம்மா. நீ பாத்துட்டே இரு. கறிகஞ்சிக்குன்னு கூட்டம் சேர்ந்துரும். சோறு பத்தாம திண்டாட்டமா போயிரும். முட்டைய அவிச்சு மசால் போட்டு பிரட்டி வெச்சிட்டா, செக்கச்செவேர்ன்னு மூஞ்சியில அடிச்சது மாதிரியாகிரும் நல்லம்மா. என்னமோ ஏதோன்னு வந்தவங்ங பயந்திருவாங்ங. சோத்த மொதல்ல போட்டு அப்புறந்தா கறி வெஞ்சனத்த வெக்கணும். முதல்ல வெஞ்சனத்த வெச்சா நக்கிட்டு வெறும் இலையா உட்காந்துட்டு இருப்பானுங்ங. கறிக்கு செத்தவங்ங. மறுவீட்டுக்கு திங்குறதுக்குன்னு தனியா ஆளுங்க பிறந்து வளந்திருப்பாங்ங ஊரு ஊருக்கு. ஆட்டுக்கறிய தின்னுட்டு கோழிக்கறி இல்லயான்னு கேட்பாங்ங. இந்தாங்க கோழி முட்டைன்னு ஒண்ணுக்கு ரெண்டா வெச்சா தின்னுட்டு

எந்திரிச்சிருவாங்ங. குடிச்சிப்போட்டு வர்றவங்ங சோத்த தின்னாலும் பரவாயில்ல கறி வறுவலவா தின்னுட்டு இருப்பாங்ங. அவங்கள நைச்சியமா அண்ணே மாமா மச்சான்னு பேசி பந்திக்கு வரவிடாம செஞ்சிரணும். அப்படி செஞ்சுட்டோம் மறுவீடு காரியத்த ஜாம்ஜாம்முன்னு முடிச்சிராம் நல்லம்மா. நானுருக்கும்போது உனக்கென்ன கவல" என்று காசியக்கா சொன்னாள். காசியக்கா இறந்தது அம்மாவுக்கு ஒரு கை ஒடிந்ததுபோலிருந்தது உண்மைதான். ஆனால் அதை வெளியே காட்டிக்கொள்ளவில்லை.

காசியக்கா இறந்த அன்று இரவு "அவ கூட எனக்கென்ன பேச்சு. அவ கூட எனக்கென்ன ஒட்டு உறவு" என்று எங்களிடம் சொன்னாள். ஆனால் நடுராத்திரிக்கு மேல் கொல்லைக்குப் போக எழுந்த ஈஸ்வரி அக்கா அம்மா அழுது கொண்டிருந்ததைப் பார்த்துவிட்டு, கொல்லைக்குப் போகாமல் படுத்துக்கொண்டதை காலையில் எங்களிடம் சொன்னாள். அதற்குப் பிறகு அம்மாவுக்கு ராத்தூக்கம் நின்றது.

3

ஈரல் குழம்பு வாசனை வீடு முழுக்க மணந்தது. சீரகமும் வெங்காயமும் மஞ்சள் பொடியும் வடை சட்டியில் நல்லெண்ணெயோடு மிதந்தன. அம்மா, இட்டிலிக்கு மாமாவிற்கு மட்டுந்தான் ஈரல் குழம்பு, உங்களுக்கெல்லாம் தக்காளிச் சட்டினியும் தேங்காச் சட்டினியுந்தான் என்று சொல்லிவிட்டாள். இன்னமும் சட்னி வைக்கவில்லை. எனக்கு பசி. விஜயகுமாரியும் திலகாவதியும் எனக்குப் பக்கத்தில் உட்கார்ந்திருந்தார்கள். அவர்கள் இருவரும் மந்தைக்குப் போய் வந்ததும் பல் விளக்கிவிடுவார்கள். பல் விளக்கும் போதே பசிக்க ஆரம்பித்துவிடும். பசி தாங்கமாட்டார்கள். எனக்கும் வெங்கிடுவுக்கும் விழுந்த அடியை நாங்கள் கூட சமயங்களில் மறந்துவிடுவோம். ஆனால் அவர்கள் மறக்கவில்லை. அமைதியாக அமர்ந்திருந்தனர். தக்காளிச் சட்டினி இன்னமும் தயாராகவில்லை. தக்காளியை எடுத்துக்

கொடுத்தால் பாவாடை கட்டி தாவணி உடுத்துகிற நேரத்திற்குள் வெங்கிடு சட்டினி வைத்துவிடுவாள். வடை சட்டியில் போட்டு வதக்குவதும் தெரியாது. ஆட்டுரலில் போட்டு ஆட்டுவதும் தெரியாது. தக்காளியை வதக்க வடை சட்டி இல்லை. வடை சட்டியில் ஈரல் குழம்பு இருக்கிறது. பெரியம்மாவும் அத்தையும் குளித்து புதுச்சேலை உடுத்தி வந்துவிட்டார்கள். மாமாவும் பெரியப்பாவும் வயக்காட்டுக்குப் போயிருக்கிறார்கள். மருந்தடித்துக் கொண்டிருக்கிறார்கள். மதிய சாப்பாட்டு நேரத்திற்கு வந்துவிடுவதாகச் சொன்னார்கள். இன்னமும் சிறிது நேரத்தில் கூட்டம் கூடிவிடும்.

அம்மாவுக்கு பயமாக இருந்தது. அவள் முகத்தைப் பார்த்ததும் தெரிந்துவிட்டது. வெளியே சொல்லாமல் அமுங்கிக் கிடந்தாள். மாப்பிள்ளை வீட்டுக்காரர்கள் மதிய சாப்பாட்டுக்கு எத்தனை பேர் வருகிறார்கள் என்று உறுதி சொல்லாமல், “முன்னால மாப்ளயும் பொன்னயும் கூட்டிட்டுப் போங்க, பின்னால நாங்க வர்றோம்” என்று வாய் வார்த்தையாகச் சொல்லியிருந்தனர். நல்லம்மா, “இத்தனை பேர் காலை சாப்பாட்டுக்கு வர்றோம், மதியத்துக்கு இத்தனை பேர் வந்துடுறோமுன்னு சொல்லிட்டா தைரியமா வேலை செய்யலாம்” என்று புலம்பினாள்.

மண்டபத்திலிருந்து ஜமுக்காளமும் போர்வையும் வந்துவிடும். ஜமுக்காளத்தில் பொன்னும் மாப்பிள்ளையும் உட்கார வேண்டும். பந்திப் பாய் இல்லை. கல்யாண மண்டபத்தில் ஜமுக்காளத்தையும் போர்வையையும் வாடகைக்கு வாங்கும் போது பந்திப் பாயை வாங்கலாமென்று நினைத்தாள். அவளுக்கு ஆத்திரம் ஆத்திரமாக வந்தது. “இந்த மனுஷன் இப்படி என்னய தனியாகத் தவிக்கவிட்டுப் போயிட்டாரே” என்று வேதனைப்பட்டாள்.

பேச்சி அத்தை, “அட சும்மா இரு மதினி. எத்தனை பேர் வந்தாலும் சோத்தாக்கிப் போட்டு ஊருக்கு அனுப்புச்சுடுவோம்” என்று தைரியம் சொன்னாள்.

மல்லீஸ்வரியும் தைரியமாகத்தான் இருந்தாள். “ரெண்டு ஷேர் ஆட்டோ வண்டியில வந்தாலும் முப்பது நாப்பது பேருக்கு மேல

வரமாட்டாங்க. மிஞ்சிப் போனா ரெண்டு வீட்டுக்காரங்களும் சேந்து அம்பது அறுபது பேரு தேறுவாங்க” என்று கணக்குப் போட்டாள்.

“ஐம்பது அறுபது பேரா. ஆக்கி வெச்சிட்டா திங்குறதுக்கு ஆளு வரணுமில்லா. ஆளுங்க இல்லன்னா ஆளத்தேடி இந்த ஊருக்குள்ளா நா எங்கிட்டு அலையுறது” அம்மா அவர்களிடம் சொன்னாள்.

“நீ முதல்ல அரிசிய ஊற வெய்யீடி பேச்சி” என்று மல்லீஸ்வரி பெரியம்மா சேலையைத் தூக்கிக் கட்டிக்கொண்டாள்.

காசியக்காவின் மகளுக்கு கல்யாணம் முடிந்து மறுவீட்டுக்கு வரும்போது மாப்பிள்ளை வீட்டிலிருந்து, “எங்க வீட்டு ஆளுங்க மட்டும் மறுவீடு விசேஷத்துக்கு வர்றோம்” என்று சொல்லிவிட்டு, டிராக்டர் நிறைய ஆட்களை அழைத்துக் கொண்டு வந்துவிட்டார்கள். மாப்பிள்ளைக்கும் பொண்ணுக்கும் மட்டுமா கறி சோறாக்கிப் போட முடியும். காசியக்கா படாதபாடுபட்டாள். உச்சிவேளைக்கு எந்த ஆட்டை அறுத்து குழம்பு வைக்க முடியும். கூறு கறியெல்லாம் காலை வேளையோடு சரி. காசியக்கா கூசிக் குறுகி நின்றாள். ஆனால் நூறு பிள்ளை பெத்த நல்லம்மா அவளைக் கைவிடவில்லை. அவளைத்தான் நினைத்துக்கொண்டாள் நல்லம்மா.

“அந்த நேரத்தில அவளுக்கு தைரியத்தைக் கொடுத்த மாதிரி எனக்கும் கொடுக்கணும் நூறு பிள்ள பெத்தவளே” என்று மனதில் வேண்டிக்கொண்டவள், “அட இருங்காத்தா. மொதல்ல இட்டிலி தின்னுட்டு அப்புறமா சமைப்போம்” என்று அம்மா அவர்களை நிறுத்தினாள்.

ஈஸ்வரியும் மாமாவும் வெளியே வந்து நின்றதும் அவர்கள் மூவரும் சமையக்கட்டுக்குள் சென்றனர். வெளி திண்ணையில் ஏறுவெயில் வீட்டுக்குள் விழக்கூடாது என்று படுதா போட்டு மறைத்துக் கட்டியிருந்தார் தாத்தா. மாமா திண்ணைக்குச் சென்றதும், வடை சட்டி, வாழை இலை, இட்லி அவித்து வைத்து வைத்திருந்த கும்பா சட்டி என்று ஒவ்வொன்றாக

எடுத்துக் கொண்டு ஈஸ்வரி சென்றாள். அக்கா ஒரே இரவில் குண்டாகிவிட்டாள். தலை நிறைய பூ வைத்திருந்தாள். நெற்றியில் குங்குமமும் விபூதியும் ஒன்றுக்குப் பக்கத்தில் ஒன்றாக மேலும் கீழுமாக இருந்தது. புதுச்சேலையில் அழகாகயிருந்தாள். திண்ணையில் நடக்கும்போது கால் விரலில் அணிந்திருந்த வெள்ளி மெட்டியின் சத்தம் கேட்டது. சிறிது நேரந்தான் கேட்டது. அதற்குப் பிறகு கேட்கவில்லை. சத்தம் எதுவுமே கேட்கவில்லை. திலகாவும் நானும் ஒருவரையொருவர் பார்த்துக் கொண்டோம். அவள் வேண்டுமென்றே வாசலுக்குச் சென்று வீதி அடுப்பை எட்டிப் பார்த்தாள். அவள் வரும்போது வாசலில் நின்று அடுப்பைப் பார்ப்பது போல் நின்றாள். அவளது கண்கள் அடுப்பைப் பார்த்தும் காதுகள் திண்ணையில் நடப்பதைப் கேட்பதுபோலவும் நின்றிருந்தாள்.

சமையலறைக்குள் வந்தவள் என்னிடம் "ம், ம்ங்கிற சத்தம் மட்டுந்தான் கேட்குது. வேறெதுவும் கேட்கல" என்று மெதுவாகச் சொன்னாள்.

"வரிசையா ஒவ்வொருத்தியா குளிச்சிட்டு வாங்கடீ. ஆளுக வர்ற நேரம்" என்று நல்லம்மா திட்டவும் திலகாவதி அங்கிருந்து சென்றாள். திலகாவதி குளிக்கச் சென்ற பிறகு நல்லம்மா, "நீயெதுவும் கேட்டீயா ஓங்கிட்ட எதுவும் சொன்னாளா" என்று ரகசியமாகக் கேட்டாள்.

பேச்சி அத்தை, "இதெல்லாம் இந்தக் காலத்து குமரிகளுக்கா சொல்லித் தரணும். சினிமாவுலதான் அம்புட்டையும் சொல்லித் தர்றானில்ல. அப்புறம் எதுக்கு வெளக்கு வெக்கிற மாதிரி நாம இடையில."

"அதுக்கில்ல மதினி, என்னா ஏதுன்னுத் தெரிஞ்சுக்க வேணாமா."

"என்னத்த தெரிஞ்சு, என்னா செய்யப் போறோம். மண்ணை ஓங்கையில அள்ளுனாலும் ஏங்கையில அள்ளுனாலும் மண்ணு மண்ணுதான். தண்ணியாவா மாறப்போகுது."

"நீ ஒரு ஆளுன்னு ஓங்கிட்டப்போயி கேட்டேன் பாரு. எதுக்கு எந்தச் சொலவடையச் சொல்லுறவ. என்னைய சொல்லணும்"

என்று தலையில் அடித்துக்கொண்டாள் நல்லம்மா.

ஈஸ்வரி திண்ணையிலிருந்து வேகமாக வெளியே வந்தாள். அவளது கன்னத்தில் குழம்பு ஒட்டியிருந்ததை முதலில் பார்த்தது மல்லீஸ்வரி பெரியம்மாதான். ஜாடையாக பேச்சி அத்தைக்குக் காட்டினாள். அவளும் பார்த்துக்கொண்டாள்.

“ஈஸ்சு, ஈரலுக்கொழம்புக்குக் காரமெல்லாம் சரியா இருக்கா ஆத்தா. ஈரலு வெந்துருக்கா ஆத்தா” என்று மெதுவாகக் கேட்டாள் பேச்சி அத்தை.

ஈஸ்வரி பதில் பேசவில்லை.

“பதில் சொல்லுடீ. வாயில்ல என்ன வெச்சிருக்கவ” என்று கன்னத்தில் இடித்தாள் பேச்சி அத்தை.

ஈஸ்வரி கன்னத்தைத் தேய்த்துக்கொண்டு “அவங்க தேங்கா சட்டினி கேக்குறாங்க” என்று அம்மாவைப் பார்த்துச் சொன்னாள்.

“தேங்காச் சட்டினிக்கு நா எங்கடீ போறது. ஈரலுக் கொழம்புக்கு என்னா வந்துச்சு. பிடிக்கலயா” என்று படபடவென்று பேசினாள் அம்மா. மாமாவின் காதுக்கு அவள் பேசியது கேட்டிருக்க வேண்டும். இலையை மூடி வைத்துவிட்டு எழுந்து கொல்லைக்குப் போய் கையைக் கழுவினார். கைகழுவுகிற சத்தம் கேட்டுத்தான் ஈஸ்வரி அக்கா எட்டிப் பார்த்தாள்.

“ஐயோ அவங்க சாப்புடாம எந்திரிச்சுட்டாங்க” என்று இடுப்பில் சொருவியிருந்த முந்தியை இழுத்துவிட்டுக் கொண்டு ஓடினாள்.

“புருஷங்காரன் மேலிருக்கிற அக்கறைய பாருடீ பேச்சி. நமக்கு யாருக்காச்சும் அந்தத் தம்பி சாப்பிடாம எந்திரிச்சதுக்காகக் கவலைப்பட்டோமா” என்று கேலி செய்தாள் மல்லீஸ்வரி பெரியம்மா.

வாசலில் மாமாவும் தாத்தாவும் பேசிக்கொள்கிற சத்தம் சமையலறை வரை கேட்டது. தாத்தா எத்தனை பேர் வருவாங்க என்று கேட்டதற்கு, மாமா, ‘வர்றவங்க வரட்டும்...’ என்று

சொன்னார். அதைக் கேட்டதும் அம்மாவுக்கு என்னமோ போலிருந்தது.

“எத்தனை பேரு வர்றாங்கன்னு சொன்னா தோதா சமையலு செய்யலாம். அதைவிட்டு வர்றவங்க வரட்டுமுன்னு சொன்னா என்னா அர்த்தம்” என்று பேச்சி அத்தைக்கு மட்டும் கேட்பது போல் மெதுவாகப் பேசினாள். பேச்சி அவளை அமைதியாக இரு என்று ஜாடை செய்தாள். அத்தையும் பெரியம்மாவும் வாசலுக்குச் சென்றனர்.

அத்தை, “தம்பி நல்ல சாப்புட்டீங்களா. ஏம் பாதியில எந்திரிச்சி வந்துட்டீங்க...?”

“நல்லாத்தான் சாப்புட்டேன். இதுக்கு மேல என்னத்த சாப்புடுறது...” என்று வேகமாகப் பேசியதும் அத்தை ஒதுங்கிக் கொண்டாள்.

பெரியம்மா, “மாமா, தம்பிய ஊரு பக்கம் கூட்டிட்டுப்போய் கூட்டிட்டு வாங்க. தம்பிக்கு ஊர சுத்திப் பாத்த மாதிரி இருக்கும்” என்று தாத்தாவிடம் சொன்னாள்.

“ஊர்ல இருந்து ஆளுங்க வர்ற நேரம். நான் இருக்கணும். வீட்டில ஆம்பள யாருமில்லாம பொம்பளங்களா இருந்தா என்னா அர்த்தம்” என்று சொன்னார். அதைக் கேட்டதும் அத்தைக்கும் பெரியம்மாவுக்கும் சங்கடமாக இருந்தது. அவர்கள் சமையலறைக்குள் வந்தார்கள்.

நல்லம்மா, “பொம்பளைங்களா இருக்காங்கன்னு சொல்லுறது தப்பான வாத்தைடீ. ஓம்புருசங்கிட்ட சொல்லி வெச்சிரு. ஆரம்பத்தில நம்ம சங்கதியெல்லாம் அவருக்குத் தெரிவிச்சிரு. ஆம்பள இல்லாத வீடு. எங்கம்மாக்காரி ஆம்பளைக்கு ஆம்பளையா பொம்பளைக்கு பொம்பளையா இருந்து குடும்பத்தை கட்டிக் காப்பாத்திக் கொண்டு சேத்தவன்னு சொல்லணும். நீதான் நம்ம சங்கதியெல்லாம் எடுத்துச் சொல்லணும். பொம்பளைங்க இருந்தா என்னாவாம்” என்று ஈஸ்வரியின் காதுகளுக்குக் கேட்கும்படியாகப் பேசினாள். ஈஸ்வரி தலையைக் குனிந்தபடி நின்றிருந்தாள்.

நல்லம்மா வடை சட்டியில் இருந்த மீதி ஈரல் குழம்பை வழித்து கிண்ணத்தில் ஊற்றிவிட்டுக் கழுவினாள். தக்காளியையும் வெங்காயத்தையும் நறுக்கத் தொடங்கினாள் வெங்கிடு. அப்போதே தக்காளிச் சட்டினியின் மணம் வீடு முழுக்க நிறைந்தது. நாக்கில் எச்சில் ஊறியது.

4

வீடு முழுக்க ஆட்கள் வந்து சேர்ந்துவிட்டனர். உட்காருவதற்கு இடமில்லாமல் வாசலுக்கு வெளியே இருந்த வேப்ப மரத்தினடியிலும் பேச்சி அத்தை வீட்டிலும் மல்லீஸ்வரி பெரியம்மா வீட்டுத் திண்ணையிலுமாக அமர்ந்திருந்தனர். ஜமுக்காளத்தில் அக்கா மாமாவுக்குப் பதிலாக வெளியூரிலிருந்து வந்தவர்கள் உட்கார்ந்து கொண்டனர். விஜயகுமாரி அக்கா வீட்டையும் வீதியையும் சுற்றிப் பார்த்துவிட்டு வந்திருந்த ஆட்களை எண்ணிப் பார்த்தாள். மொத்தம் முப்பத்திநான்கு பேர். விருந்து வந்திருந்தவர்கள் ஓங்குதாங்காக இருந்தனர். வயிறும் உடம்பும் அண்டா குண்டா போலிருந்தது. பொடிசுகள்கூட திரண்டிருந்தார்கள். வெறும் கையோடுதான் வந்திருந்தனர். பழம் பூ என்று எதுவும் வாங்கிக்கொண்டு வராதது அம்மாவிற்குக் கோபத்தைத் தந்தது.

“சிறுத்து பெழங்குனா சரியா வரும் மதினி” என்று பேச்சி அத்தை முணுமுணுத்தாள். ஆனால் அம்மாவிற்கு சந்தேகம் இருந்தது. அவள் கண் முழி பிதுங்கி நின்றாள். தெக்கம்பட்டி கறி முதல் பந்திக்குக் காணாது. ஐயோ ஏமாந்து போனோம்மே. நாலு கூறு கறி எந்த மூலைக்கு என்று தலையில் கையை வைத்து உட்கார்ந்தாள்.

“கடைசி ஆளுகள நம்ம வீட்டுக்காராங்க சாப்பிடுவோம். ஏய் பிள்ளகள யாரும் பந்திக்குப் போய் உட்கார வேணாம். சொன்னது ஞாபகம் இருக்கட்டும். நீங்க திங்காத கறிபுளியா. தின்னுட்டுப் போகட்டும்” என்று சொன்னாள் நல்லம்மா.

பெரிய மீசை வைத்து வாய் வரை கிருதா வளர்த்திருந்தவர், “ஏம்மா

சமையக்காரங்கெ யாருமில்லயா. பொம்பளயாளுங்களாவா சமைக்கிருறீங்கெ” என்று கவலையோடு கேட்டார்.

“நம்ம ஆளுகதானே அண்ணே. சுருக்கமா நாங்களே வெச்சுக்கிட்டோம்” மல்லீஸ்வரி பெரியம்மா சமாளித்தாள். ஆனால் அவள் பேச்சைக் கேட்டவில்லை. சமையல் வேலை நடந்து கொண்டிருக்கும் போது இடையில் வந்து, “கொழம்பு நல்லா வேகுதான்னு பாரும்மா. கறி பக்கவமா வெந்தாதான் திங்குறதுக்கு ருசியா இருக்கும். சமையக்காரனுக்கு இதெல்லாம் சொல்லணுமின்னு அவசியமில்ல. என்னா இருந்தாலும் பொம்பளைங்க, அவசரப்படாதீங்க” என்று குறுக்கு மறுக்காக நடந்து பேசினார். அம்மாவுக்கும் பேச்சி அத்தைக்கு அது சரியாகப்படவில்லை.

தாட்டியமானவள் ஒருத்தி இரண்டு பிள்ளைகளின் கைகளைப் பிடித்துக் கொண்டு சமையலறைக்குள் வந்தாள். அவள் நடந்து வருகிற தினுசே சரியில்லை என்று தோன்றியது. ஈஸ்வரியைப் பார்த்து, “நீ இங்கதான் இருக்கியா. பிள்ளைக பசிக்குதுன்னு அழுவுது. எங்கண்ணே, வாயை வெச்சிட்டு சும்மா இருக்காம, ஈரல் குழம்பும் இட்டிலியும் இருக்குன்னு சொல்லி பிள்ளைகளுக்கு ஆசையைக் காட்டிட்டாரு. ஈஸ்வரிக்கிட்ட கேளு. ஊத்திக்கொடுக்குமுன்னு சொன்னாரு. மதினி பிள்ளைகளுக்கு இட்லி வெச்சு குழம்பு ஊத்திக் கொடு” என்று கேட்டாள்.

அம்மா அவளையும் ஈஸ்வரி அக்காவையும் மாறி மாறிப் பார்த்துவிட்டு, “மதிய சாப்பாட்டுக்குக் கறி வேகுது தாயீ. இந்நேரம் வந்து இட்டிலி கேட்டா எப்படி. சோறு வெந்துருச்சு. வடிச்சு நிமுத்தப் போறோம். கொஞ்சம் பொறுத்துக்க” என்றாள்.

“சோத்த அப்புறம் சாப்பிடுறோம் அத்தே. இப்ப முன் பசிக்கு ரெவ்வண்டு இட்டிலிய கொடுங்க. ஈரலுக் கொழம்பில தொட்டு தின்னுட்டு விளையாடிட்டு இருக்கட்டும். செத்த நேரம் கழிச்சி கறிக் கொழம்பில சோத்த திங்கட்டும்” என்றாள்.

“காலையில இட்டிலியும் கொழம்பும் தீந்துருச்சுடீயம்மா. நீங்க

வெரசா வந்திருக்கணும். வந்தது பன்னெண்டு மணிக்கு. இட்டிலி கேட்டா எப்படியம்மா" என்று மெதுவாகக் கேட்டாள். அம்மா இப்படியாக மெதுவாகப் பேசி நாங்கள் பார்த்ததில்லை. பிள்ளைகளை அழைத்துக்கொண்டு வந்தவள், இட்லியும் ஈரல் குழம்பும் வேண்டும் என்று பிடிவாதமாக நின்றாள்.

அம்மாவுக்கு எரிச்சலும் கோபமும் வந்து, "உங்க ஊரில இட்டிலியும் ஈரலுக்கொழம்பும் அருந்தலா. கிடைக்காத பொருளா. நீ தின்னதே இல்லையா" என்று கேட்டுவிட்டாள். தாட்டியமானவள் கோபத்துடன் சமையலறையை விட்டு வெளியே சென்றுவிட்டாள். பேச்சி அத்தை, "ஐயோ வார்த்தை விட்டுறாதடீ" என்று அவள் பின்னால் சென்று கையைப் பிடித்து இழுத்துக் கொண்டு வந்தாள். பிள்ளைகளுக்கு தட்டில் சோறு போட்டு கிண்ணத்தில் வழித்து ஊற்றி வைத்திருந்த ஈரல் குழம்பை ஊற்றிக் கொடுத்தாள்.

"இந்தாடீம்மா நீ கேட்ட ஈரலுக்கொழம்பு" என்று அத்தை கொடுத்தாள்.

"இத்துனூண்டு கொழம்புக்கு இம்புட்டு பந்தா காட்டுறீங்கெ. இந்தக் கொழம்புல ஒத்த வாயி சோத்த திங்க முடியாது. கறி சோத்த எப்படி போடப்போறீங்கன்னு பாக்குறோம்" என்று அவள் தட்டைத் தூக்கிக்கொண்டு வாசலுக்குச் சென்றாள். சோற்றுத் தட்டைப் பார்த்ததும் அங்கிருந்த பிள்ளைகள் அனைவரும் ஓடி வந்து எனக்கு எனக்கு என்று கத்த ஆரம்பித்துவிட்டனர்.

மாமாவும் பெரியப்பாவும் இனிமேற்பட்டு தாமதிக்கக்கூடாது என்று பந்திப்பாயை விரிக்க ஆரம்பித்தார்கள். அம்மா சாப்பிட வாங்க என்று அனைவரையும் அழைத்தாள். பெரியவர்களும் இளந்தாரிகளும் முதலில் உட்காரவும் பந்தி ஆரம்பமானது. சுடச் சுடச் சோற்றைக் கொட்டி எலும்பு கறிக்குழம்பை ஊற்றினார்கள். சுக்கா வறுவலை பேருக்கு அரைக்கரண்டி காகரண்டி என்று ஆளுக்குத் தகுந்த மாதிரி இலையில் கரண்டியைக் காட்டிவிட்டு ஓடினார்கள். அவித்த முட்டையை வைத்தார்கள். குழம்பு சட்டியிலிருந்த எலும்பையும்

உருளைக்கிழங்கையும் குடலையும் எடுத்து வைத்தார்கள். இலை பெரியதாக இருந்தது. நிறையவில்லை. பேச்சி அத்தைக்கும் மல்லீஸ்வரி பெரியம்மாளுக்கும் உடம்பு முழுக்க வியர்த்துக் கொட்டியது. எங்கள் நான்கு பேரையும் பந்திக்குள் நுழையக் கூடாது என்று சொல்லியிருந்தாள் அம்மா. முக்கியமாக ஈஸ்வரி வரக்கூடாது, வந்தால் பரிமாறத் தெரியாமல் பரிமாறி கறி முழுக்க தீர்ந்துபோகும் என்று சொல்லிவிட்டாள். ஒரு வழியாக முதல் பந்தி முடிந்து வெற்றிலை போடுவதற்கு வெளியே வந்தார்கள்.

அம்மா சோற்றையும் குழம்பையும் பார்த்துக் கொண்டாள். கறி வெஞ்ஞனம்தான் தீர்ந்திருந்தது. அவள் மனசுக்குள் “கறி திங்க பெறந்தவங்கெ. கறியா தின்னுட்டு போயிட்டானுங்கெ” என்று திட்டினாள்.

கூட்டத்தில் நின்றிருந்த மீசைக்காரர், “சுருக்கமா முடிஞ்சிருச்சுய்யா. மந்திரம் போட்டது கணக்காலில்ல இருக்கு. ஆம்பளைங்கள விட்டு சோத்தப் போடாம பொம்பளைங்கள விட்டு சோத்தப் போட்டு, சீக்கிர எந்திரிக்க வெச்சிட்டாங்கப்பா. பொம்பளைங்கிட்ட சோத்தப் போடு, குழம்ப ஊத்து, வெஞ்சனத்தை வைய்யீன்னு எப்படி கேக்குறது. கண் மூடி தெறக்குறதுக்குள்ள சோத்தப் போட்டு எந்திரிக்க வெச்சிட்டாளுக” என்று மெதுவாக பேச்சை ஆரம்பித்தார். அவர் கையில் பத்து வெற்றிலையாவது இருக்கும். காம்புகளைக் கிள்ளி எறிந்துகொண்டிருந்தார். சுண்ணாம்பு டப்பாவை வைத்திருந்தவர், “வயித்துக்குச் சாப்பிட முடியல. ஆனா ருசியா இருந்துச்சுப்பா. தெக்கம்பட்டி கறி ஒத்த வேக்காட்டில மணந்திருச்சுல்ல. தெம்பா திங்கலாமுன்னு வந்தா ஏமாத்திப் போட்டாளுக” என்று கவலையோடு சொன்னார்.

மறுவீட்டுக்கு வந்த பிள்ளைகள் ஆளுக்கு முட்டையை ஏதோ விளையாட்டுப் பொருள் போல கையில் வைத்துத் தின்றும் திங்காமலும் நின்றிருந்தன. நீளமான சவுரிமுடி வைத்திருந்தவள் தன் பிள்ளைக்கு வாழை இலையில் சுக்கா வறுவலை வைத்து முட்டையைத் தொட்டுத் தொட்டு ஊட்டி விட்டுக்

கொண்டிருந்தாள். நல்லம்மா எச்சில் இலைகளை எடுத்துக் கூடையில் போட்டுவிட்டு பந்தி நடந்த இடத்தைக் கூட்டிப் பெருக்கிவிட்டாள்.

மாமாவின் பெரியம்மா மகள், அழுதுகொண்டிருந்த பிள்ளையைத் தூக்கிக்கொண்டு வந்தாள். “ஏம்மவே பாயசம் கேட்குறான் ஈஸ்வரி. டேய் இது மறுவீட்டு விருந்துடா, கறி விருந்துடான்னா கேட்கமாட்டேங்குறான். இங்ஙனே எங்காச்சும் ஹோட்டல் கடை இருந்தா யாரையாவது அனுப்பி தூக்குவாளியில பாயசம் வாங்கிட்டு வரச்சொல்லு ஈஸ்வரி” என்று சிரித்துக்கொண்டு சொன்னாள்.

பேச்சி அத்தை அவளை நைச்சியமாக அழைத்து தம்ளரில் மோரை ஊற்றிக் கொடுத்து, “இந்தா ராசா பாயாசம்” என்று கொடுத்தாள். அழுதுகொண்டிருந்தவன் குடித்துப் பார்த்து தூவென்று துப்பினான். அம்மாக்காரி தம்ளரை மோந்து பார்த்து “இந்த ஊரில் மோரைத்தான் பாயாசமுன்னு தருவீங்களா. நல்லா இருக்குது உங்க சங்கதி. பிள்ளைக கிட்டயா உங்க பவிசியா காட்டுறது. பத்து ஆளுக உட்கார்ந்து துள்ளத் துடிக்கத் தின்னா தகிடி செஞ்சு வெச்சது காணாதுடீ. என்னமோ இல்லாது பட்டவ பொம்பளயா இருக்கா போனா போகுதுன்னு அந்தப் பய சொன்னதுக்காக வந்தா ரொம்பத்தான் காட்டுறீங்க” என்று கோபமாகப் பேசியதும் பேச்சி அத்தை “வார்த்தய கொட்டிறாத ஆத்தா. உசிருமாதிரி நம்ம பேச்சு. வாயிலிருந்து வந்துச்சுன்னா திரும்ப நம்ம வாயிக்குள்ள போகாது” என்று அவளை சமாதானப்படுத்தினாள். ஆனால் அவள் கோபமாகச் சென்றாள்.

அவள் பிள்ளையை இழுத்துக் கொண்டு வாசலுக்குச் சென்றாள். மாமாவிடம் நின்று, “பாருடா உங்க அத்தைக்காரி செஞ்ச கூத்தா” என்று மோர் தம்ளரை அவரிடம் கொடுத்தாள். மாமாவிடம் ஏற்கனவே யாரோ எதுவோ சொல்லியிருக்கிறார்கள். அவர் கோபமாக நேராக வீட்டுக்குள் வந்து “ஏய் ஈஸ்வரி ஈஸ்வரி” என்று கத்தினார். அக்காவுக்கு உடம்பு அதிர்ந்து நடுங்கியது. சத்தமாக மாமா அழைத்ததும் அவள் பயந்து விட்டாள்.

“சோத்துக்கா வந்துருக்காங்க இவங்கெல்லாம். ஒருநாள். ஒருவேளைக்குத் தின்னுட்டு போகப் போறாங்க. அதைக்கூட நல்லா செய்யமாட்டீங்களா. அதுசரி, ஆம்பளைங்க யாராச்சு இருந்தா பேசலாம். பொம்பளங்க இருக்கிற வீட்டுல என்னத்த பேசி, என்னத்த வெளக்கு வைக்க” என்று பேசவும் அம்மாவுக்குக் கோபம் வந்துவிட்டது. இனிமேல் அவளை யாரும் கட்டுப்படுத்த முடியாது என்று எங்களுக்குத் தெரியும்.

“அப்படி எத்தன நாளுப்பா நீ வெளக்கு வெச்சிட்டு நின்னட்டு இருந்தே, இந்தக் குடும்பத்துக்கு” என்று முகத்திற்கு நேராகக் கேட்கவும் மாமாவுக்கும் கோபம் கூடிவிட்டது. தன்னுடைய ஊர்க்காரர்களுக்கு முன்பாக இப்படிப் பேசியது அவருக்கு அவமானமாகப் போய்விட்டது.

“முதல் நாள் சைவச் சாப்பாடு போட்டு அதுக்குப் பிறகு அசைவச் சாப்பாடு போடணுமுங்கிறதுதான் முறை. நீங்க அதை செஞ்சிங்களா” என்று கேட்டார். அம்மாவுக்கு சுருக்கென்று தைத்தது போலானது.

“எல்லாம் முறையாத்தான் செஞ்சிட்டு வர்றேன். ஏங்கிட்ட முறைய பத்தி பேசுனா முறைகெட்டுப் போகவேண்டியதுதான்” என்றதும், பேச்சி அத்தையும் மல்லீஸ்வரி அத்தையும் அவளை இழுத்துக் கொண்டு வந்தார்கள். ஆனால், அம்மாவை நகர்த்த முடியவில்லை. தரையில் கால்களை ஊன்றி கல் மாதிரி நின்றிருந்தாள்.

“சொல்லுப்பா வேற என்னா முறையைச் செய்யல நான். நீங்க எப்படி முறையா தாலி கட்டிட்டு ஏம்மகள கூட்டிட்டு போனீங்கன்னு சொல்லட்டாய்யா ராசா. கல்யாண மண்டபத்தில படுக்க பாய் கொடுத்தியா, குடிக்கத் தண்ணி கொடுத்தியா. சாப்பிட்டாயான்னு கேட்டியா. தாலி கட்டுனதும் ஒதுங்கு ஒதுங்குன்னு பெத்தவக்கிட்ட கூட விபூதி வாங்காம ஓடுனா. ஆத்தமாட்டாதவனுக்கு அம்புட்டு ஓட்டையும் புடுக்குங்கிற கணக்கா ஓடுனா” என்று சொல்லி சேலையைத் தூக்கி சொருவிக்கொண்டதும் மல்லீஸ்வரி பெரியம்மா, “நல்லம்மா, நம்ம வீட்டு மருமகன்னு கொஞ்சம் மருவாதி இருக்கட்டும்” என்று சொன்னாள்.

“போங்கடீ அந்தப் பக்கம். நாலு பேரு முன்னாடி முறைய பத்தி கேட்டா, நாப்பது பேரு முன்னாடி முறையா செய்யுறவ நல்லம்மா. முறைய பத்திப் பேச வேண்டாம்மா. இதுக்கு மேலே என்ன முறை வேணுமுன்னு சொல்லட்டும். நானும் செய்யுறேன். பொம்பளை பொம்பளைன்னு பேசுறவங்க, இந்த பொம்பளை சம்பாதிச்ச துட்டிலதான் இம்புட்டு சனங்களும் சவுக்கு சவுக்குன்னு தின்னுட்டு எந்திரிச்சுருக்குன்னு தெரிய வேண்டாம்” என்று சொன்னாள்.

கூட்டத்திலிருந்தவர்கள் வீட்டுக்குள் நுழைந்து, “ச்சேச்சே என்ன பேச்சு பேசுற நல்லம்மா. சோத்தப் போட்டு செஞ்சதை சொல்லிக்காட்டுறயா நீ. திங்குறதுக்கா வந்துருக்கு இந்தக் கூட்டம். நல்லம்மா மருமகனுக்கு இம்புட்டு ஆளுங்க இருக்காங்கன்னு இந்த ஊருக்குத் தெரிய வேண்டாம்” என்று தோள் துண்டை உதறிவிட்டு மூச்சுவாங்கினார்.

“ஆமாய்யா தின்னதையும் செஞ்சதையும் சொல்லிக்காட்டுறேன். பொம்பளைக்கிட்ட என்னத்தை கேட்குறதுன்னு வெளியில பேசிப்புட்டு இங்க வந்து நாங்க இருக்கோம் நா இருக்கேன்னு தெறந்து காட்டுறயா” என்றதும், மாமாவுக்குக் கோபம் வந்துவிட்டது.

“செய்ய முடியலைன்னா யாரும் வராதீங்கன்னு சொல்ல வேண்டியதுதானே. ஓம்மகள மட்டும் கூட்டிட்டு மறுவீட்டுக்கு வந்துட்டு போயிருப்பேன். என்னய எதுக்கு அசிங்கப்படுத்தணும்” என்று சொன்னார்.

மாமா பேசுவதற்காகக் காத்திருந்த அவரது தங்கச்சிக்காரிகள் வேகமாக ஓடி வந்தார்கள். அண்ணனைப் பார்த்து அழுதவர்களாக, “அண்ணே உனக்கொரு அசிங்கமுன்னா நாங்க விட்டுருவாம்மாண்ணே. முண்டச்சி வீட்டுல பொண்ணு கட்ட வேணாமுன்னு தலையில அடிச்சி அடிச்சி சொன்னே. கேட்டய. எல்லாம் உன் தலையில விடிஞ்சிருக்கு” என்றாள்.

அம்மா அவளை இழுத்து வைத்து அடித்தாள். வலி தாங்க முடியாமல் அவள் கத்திவிட்டாள். “யாருடீ முண்டச்சி,

இன்னமும் ஐம்பது பிள்ளைகளுக்கு கல்யாணம் செஞ்சு வெச்சு ஆக்கிப் போடுவேன்டி. எனக்கு அம்புட்டு நெஞ்சு தைரியம் இருக்கு" என்று கத்தினாள்.

"ஆமா நொம்பளு புள்ளே கல்யாணம். ஒண்ணைக் கல்யாணம் முடிச்சி முழுசா மூணு நாள் கழியல. இம்புட்டு தண்டமானம், சால்சாப்பு. பொல்லாப்பு. போ போ, நீயும் உன் மறுவீடும்" என்று தங்கச்சிக்காரிகள் வீட்டை விட்டு வெளியேறினார்கள். அவர்கள் சென்றதும் அவளது புருஷன்காரர்களும் வெளியேறினார்கள். பந்தியில் அமர்ந்திருந்தவர்கள் இலையில் மிச்சம் வைக்காமல் தின்று இலையை மூடி எழுந்தார்கள்.

அம்மா, "அப்படியே போயிருங்க. இந்தப் பக்கம் தலை வெச்சுக்கூடா கனா கண்டிறாதா ஓடுடீ. எனக்கு ஏம்மகளும் மருமகனும் போதும்" என்று விரட்டுவது போல பேசியதைக் கேட்டதும் மாமாவுக்கு வேகாளம் வந்தது. தங்கச்சிக்காரிகள் அழுதுகொண்டு செல்வதைப் பார்த்ததும் ஈஸ்வரியை முறைத்துப் பார்த்துவிட்டு, "வாடீ இவளே" என்று அழைத்தார். ஈஸ்வரி அக்கா பயந்துகொண்டு அவருக்குப் பின்னால் சென்றாள்.

அம்மா, "எல்லாம் தின்னுட்டுதான் போறாளுக. யாரும் பட்டினியா போகல. ஆக்கி வெச்சதும் அம்புட்டு தீர்ந்து போச்சு. நாங்கதான் பட்டினி இருக்கணும்" என்று நக்கலாகப் பேசினாள்.

"ஆமா நாங்கெல்லாம் வாயைத் தெறந்துட்டு வந்துருக்கோம். சோறு கொழம்புன்னா என்னான்னே தெரியாதில்ல" என்று கூட்டத்திலிருந்த பெண் கத்தினாள்.

மாமாவுக்குத் தலை தானாக கவிழ்ந்துவிட்டது. அந்தக் கோபத்தில் ஈஸ்வரியின் கையைப் பிடித்து இழுத்துக் கொண்டு சென்றார். அவளுக்குக் கன்னத்தில் அடி விழுந்தது. வலி தாங்க முடியாமல் அவள் அம்மா என்று கதறிவிட்டாள். ஈஸ்வரியைத் தன் முன்னால் அடித்ததைப் பார்த்ததும், அம்மா, மாமாவின் குறுக்கே நின்று, "அவள எதுக்குய்யா அடிக்குற. தின்ன கறி

கை ஓங்கத் தோணுதோ. தெக்கம்பட்டிக் கறிக்கு கொழுப்பு ஜாஸ்திங்கிறது சரியாத்தான் இருக்கு” என்று சொன்னாள்.

“அவங்க அடிச்ச உனக்கென்ன. நீ ஓம்வேலயப் பாரு. வழிய விடு நாங்க ஊருக்குப் போறதுக்கு” என்று ஈஸ்வரி சொன்னாள். சொல்லிவிட்டு நடந்தாள். மாமாவின் கையை உதறிவிட்டு நடந்து செல்வதை நாங்கள் பார்த்துக் கொண்டு நின்றோம். அவளுக்குப் பின்னால்தான் மாமா நடந்து சென்றார்.

– ‘ஆவநாழிகை’,

1.08.2022

ஆசிரியர் குறிப்பு

எஸ்.செந்தில்குமார் (1973) 1999ஆம் வருடத்திலிருந்து எழுதி வருகிறார். மனைவியின் பெயர் மலர்விழி. மகள், மஞ்சுளா காதம்பரி. இவர் தேனி மாவட்டம் போடிநாயக்கனூரில் வசித்து வருகிறார்.

ஆசிரியரின் பிற நூல்கள்

சிறுகதைத் தொகுப்பு

1. வெயில் உலர்த்திய வீடு
2. சித்திரப்புலி
3. விலகிச்செல்லும் பருவம்
4. மழைக்குப்பிறகு புறப்படும் ரயில் வண்டி
5. அலெக்ஸாண்டர் என்கிற கிளி
6. அனார்கலியின் காதலர்கள்
7. சிவப்புக்கூடை திருடர்கள்

நாவல்:

1. ஜீ. சௌந்தரராஜனின் கதை
2. முறிமருந்து
3. நீங்கள் நான் மற்றும் மரணம்
4. காலகண்டம்
5. மருக்கை
6. கழுதைப் பாதை

கவிதைத் தொகுப்பு:

1. குழந்தைகள் இல்லாத வீட்டில் உடையும் ஜாடிகள்
2. சமீபத்திய காதலி
3. முன்சென்ற காலத்தின் சுவை

கட்டுரைத் தொகுப்பு:

1. சிறுகதை

விருதுகள்:

1. 2009ஆம் ஆண்டிற்கான இளம் படைப்பாளிகளுக்கான 'சுந்தரராமசாமி விருது'
2. 2013ஆம் ஆண்டிற்காக SRV பள்ளி நிறுவனத்திலிருந்து வழங்கிய படைப்பூக்கத்திற்கான தமிழ் விருது.
3. 2016ஆம் ஆண்டிற்கான சுஜாதா அறக்கட்டளையிலிருந்து வழங்கிய சுஜாதா சிறுகதை விருது.
4. 2018ஆம் ஆண்டிற்கான கோவை வாசகர் வட்டமும் விஜயா பதிப்பகமும் இணைந்து வழங்கிய கவிஞர் மீரா விருது.
5. 2018ஆம் ஆண்டிற்கான Sparrow இலக்கிய விருது.

www.ingramcontent.com/pod-product-compliance
Ingram Content Group UK Ltd.
Pitfield, Milton Keynes, MK11 3LW, UK
UKHW042131021026
15589UKWH00003B/757

9 789395 511049